SỰ TIẾN HÓA CỦA VŨ TRỤ, CON NGƯỜI VÀ NGHIỆP BÁO

Thích Nữ Giới Hương

Tủ Sách Bảo Anh Lạc 109

SỰ TIẾN HÓA CỦA VŨ TRỤ, CON NGƯỜI VÀ NGHIỆP BÁO

Thích Nữ Giới Hương

Với lời giới thiệu

Hòa thượng Thích Viên Lý

Nhà xuất bản Hồng Đức

Published by:
HUONG SEN BUDDHIST TEMPLE
19865 Seaton Avenue, Perris, CA 92570, USA
Tel: 951-657-7272, Cell: 951-616-8620
Email: huongsentemple@gmail.com,
thichnugioihuong@yahoo.com
Fanpage: Huong Sen
Web: www.huongsentemple.com

Cuộc đời là một hành trình
Hãy bước đi cẩn thận
Trên mảnh đất thiêng này.

Với mỗi bước chân ấy
Chân lý được tìm thấy
Trong bầu trời vũ trụ.

Each life a journey
So, tread with care
Upon this sacred ground.

For every step
A karmic truth is found
In this cosmic space.

MỤC LỤC

LỜI GIỚI THIỆU

Hòa thượng Thích Viên Lý

Kính thưa Chư Tôn Thiền Đức Tăng Ni,

Thiện Hữu Tri Thức và Quý độc giả xa gần,

Tôi vô cùng hoan hỷ khi được viết lời giới thiệu cho cuốn sách **SỰ TIẾN HOÁ CỦA VŨ TRỤ, CON NGƯỜI VÀ NGHIỆP BÁO,** tác phẩm thứ 109 thuộc Tủ sách Bảo Anh Lạc - Chùa Hương Sen, do Ni trưởng Thích Nữ Giới Hương biên soạn, được Nhà Xuất Bản Hồng Đức xuất bản năm 2025. Đây là một tác phẩm đặc biệt, kết hợp hài hòa giữa khoa học hiện đại và triết lý Phật giáo, mang đến một góc nhìn sâu sắc về sự hình thành, vận hành của vũ trụ, sự phát triển của con người và quy luật nghiệp báo – những chủ đề không chỉ quan trọng mà còn khơi dậy sự suy ngẫm sâu xa về ý nghĩa của cuộc sống.

Là đệ tử xuất gia của Sư bà Hải Triều Âm, bậc Đại Ni Long tượng trong hàng Ni giới Việt Nam, Ni trưởng Thích Nữ Giới Hương, cũng là một bậc chân tu đạo hạnh, với nhiều tài năng, trí tuệ và tâm huyết, đã dành nhiều năm nghiên cứu, chiêm nghiệm và chia sẻ về các chủ đề vũ trụ luận, nhân sinh quan và triết lý Phật giáo. Tác phẩm này là kết tinh của sự kết nối độc đáo giữa khoa học và tâm linh, thể hiện qua việc so sánh các lý thuyết khoa học hiện đại như Vụ Nổ Lớn (*Big*

Bang), sự giãn nở của vũ trụ, hay quá trình tiến hóa của sự sống trên Trái Đất với các khái niệm Phật giáo sâu sắc như lý Duyên-khởi, nghiệp báo, vô thường và luân hồi... Tác giả đã khéo léo lồng ghép những tư tưởng khoa học với triết lý Phật giáo, tạo nên một cuộc đối thoại phong phú giữa hai lĩnh vực tưởng chừng đối lập, nhưng thực chất bổ trợ lẫn nhau trong việc khám phá chân lý.

Cuốn sách được chia thành tám phần chính, từ việc khám phá nguồn gốc vũ trụ, sự hình thành Hệ Mặt Trời và Trái Đất, đến sự tiến hóa của sự sống và con người, cũng như các hiện tượng thiên văn kỳ thú. Đặc biệt, phần liên quan đến triết lý Phật giáo – với các khái niệm như Tứ Diệu Đế, Vô Thường, Vô Ngã, Nhân Quả và Pháp Giới Duyên Khởi – đã được trình bày một cách dễ hiểu, gần gũi, nhưng không kém phần sâu sắc, giúp người đọc nhận ra mối liên hệ chặt chẽ giữa vũ trụ, con người và hành trình tâm linh. Tác phẩm không chỉ cung cấp kiến thức mà còn khơi dậy lòng hiếu kỳ, thúc đẩy người đọc suy tư về vị trí của mình trong vũ trụ bao la và trách nhiệm đạo đức trong cuộc sống.

Từ sự xuất hiện của vũ trụ sơ khai cách đây khoảng 13,8 tỷ năm trước, đến từng sát-na chuyển động nơi tâm thức con người, tất cả đều diễn ra theo một dòng chảy nhân duyên kỳ diệu. Cuốn sách **SỰ TIẾN HOÁ CỦA VŨ TRỤ, CON NGƯỜI VÀ NGHIỆP BÁO** không chỉ mở ra những viễn tượng về nguồn gốc và sự vận hành của thế giới bên ngoài, mà còn mời gọi chúng ta nhìn sâu vào thế giới bên trong - nơi nghiệp báo định hình sự tiến hóa thầm lặng của mỗi cá nhân.

Giữa vô vàn chuyển hóa của không gian và thời gian, điều còn lại chính là tâm thức tỉnh giác. Bởi hiểu về vũ trụ là một cuộc hành trình vĩ đại, nhưng hiểu về nghiệp và tự tâm mới là cuộc trở về đích thực. Mong rằng mỗi độc giả khi khép lại trang sách này, sẽ mở ra một cánh cửa mới: cánh cửa của trí tuệ, của từ bi và của cái thấy thấu suốt về con đường tiến hóa toàn vẹn.

Ni trưởng Thích Nữ Giới Hương, với sự am hiểu sâu rộng về cả khoa học và Phật pháp, đã mang đến một tác phẩm không chỉ dành cho những người yêu thích nghiên cứu khoa học hay thực hành tâm linh, mà còn cho bất kỳ ai khao khát tìm hiểu về nguồn gốc của vũ trụ và ý nghĩa của cuộc đời. Tác phẩm này là một cầu nối giữa Đông và Tây, giữa vật chất và tinh thần, giữa lý trí và trực giác, giúp người đọc nhận ra rằng khoa học và Phật giáo, dù tiếp cận thco những cách khác nhau, đều hướng đến việc khám phá chân lý và mang lại an lạc cho nhân loại. Tôi xin chân thành tán thán công đức của Ni trưởng Thích Nữ Giới Hương cùng các cộng sự đã góp phần hoàn thiện cuốn sách quý giá này.

Xin trân trọng giới thiệu **SỰ TIẾN HOÁ CỦA VŨ TRỤ, CON NGƯỜI VÀ NGHIỆP BÁO** đến quý độc giả, với ước mong rằng tác phẩm sẽ là ngọn đuốc soi sáng, dẫn dắt mọi người trên hành trình khám phá vũ trụ, con người và con đường giác ngộ.

Nam Mô Hoan Hỷ Tạng Bồ Tát Ma-ha-tát.

Chùa Điều Ngự, ngày 20 tháng 07 năm 2025

Thích Viên Lý

LỜI ĐẦU

Thích Nữ Giới Hương

Hành trình tìm hiểu khám phá vũ trụ xung quanh mình và nghiên cứu về nguồn gốc, cấu trúc và sự tiến hóa của thế giới-con người-nghiệp báo cung cấp một góc nhìn hấp dẫn mà khoa học và Phật giáo có nhiều giao thoa, tương tác, tương trợ lẫn nhau. Đây thực sự là giấc mơ truy tìm chân lý của nhiều hành giả tu tập tâm linh cũng như là giấc mơ vươn tới chinh phục vũ trụ muôn thuở của nhiều người trên toàn cầu.

Về mặt khoa học, vũ trụ tiến hóa dựa trên các quan sát và lý thuyết như Vụ Nổ Lớn (*Big Bang*) cách đây 13,8 tỷ năm, mở rộng từ trạng thái nóng, đặc, rồi tạo thành các ngôi sao, thiên hà, vũ trụ, thế giới và hành tinh trong hàng tỷ năm. Trên Trái đất, sự sống xuất hiện khoảng 3,5 tỷ năm trước, và con người tiến hóa sau đó. Homo sapiens (*nghĩa đen: loài người tinh khôn*) xuất hiện cách đây khoảng 300.000 năm. Lý thuyết này dựa trên bằng chứng thực nghiệm từ kính thiên văn, vật lý hạt và các mô hình toán học, v.v...

Ngược lại, Phật giáo tiếp cận vũ trụ học thông qua quan điểm triết học (*kinh-luật-luận*), trải nghiệm và chứng nghiệm từ thiền định và trí tuệ. Phật giáo mô tả một mô hình hệ thống vũ trụ tuần hoàn không có điểm bắt đầu hay kết thúc xác định (*vô thủy, vô chung*), được đặc trưng bởi các chu kỳ sanh-trụ-dị-diệt, vô thường, kiếp số (*kalpas*), a-tăng-kỳ và nghiệp báo.

Sự tiến hóa của vũ trụ là tuần hoàn, trải dài qua nhiều kiếp (*kalpas*) vô tận mà không có nguồn gốc cố định, được thúc đẩy bởi các nhân quả phụ thuộc lẫn nhau (*lý Duyên Khởi*), chứ không phải là một sự kiện đơn lẻ. Tất cả sự vật và hiện tượng, bất kể là vật chất, tinh thần hay các khái niệm trừu tượng như là thời gian, đều thiếu vắng tính tồn tại khách thể độc lập. Vũ trụ, thế giới, ngân hà có hiện khởi-sinh tồn-biến đổi-hủy hoại là tùy thuộc vào sự hiện hữu hay biến mất của những điều kiện kết nối của nhân-duyên đó.

Theo lý Duyên Khởi, một lòng tin bất kỳ vào một thực tế khách quan có nền tảng dựa trên một giả định về sự tồn tại bản chất độc lập thì sẽ không hợp lý lẽ, bởi vì mọi hiện tượng trong vũ trụ đều có quan hệ tương thuộc, tương tác, tương duyên vào nhau để tồn tại.

Các Pháp do duyên sinh
Lại cũng do duyên diệt
Thầy tôi là Đức Phật
Thường giảng dạy như vậy.

(*Chư Pháp tùng duyên sinh*
Diệt tùng nhân duyên diệt
Ngã Phật Đại Sa môn
Thường tác như thị thuyết).[1]

Sự phát triển của con người liên quan đến chuỗi tiến hóa

1. Thiện Phúc, Phật Pháp Căn bản, chương 12. Những đại đệ tử nổi tiếng của Đức Phật.
https://hoavouu.com/a36801/chuong-12-thap-dai-de-tu-ten-great-disciples

về mặt vật lý và hành trình của nghiệp báo qua vòng luân hồi, chu kỳ sinh, tử và tái sinh. Trọng tâm của điều này là nghiệp, nguyên lý nhân quả, trong đó các hành động (*có chủ ý*) định hình nên số phận cuộc đời của biệt nghiệp cá nhân và cộng nghiệp tập thể trong suốt nhiều kiếp sống.

Trong khi khoa học lập biểu đồ tiến trình vật chất nguyên lượng của vũ trụ và loài người, thì Phật giáo nhấn mạnh sự tiến hóa như một quá trình đạo đức và tâm linh gắn liền với nghiệp quả, liên kết sự phát triển của vũ trụ với các lựa chọn đạo đức của mỗi người.

Thật ra, Đạo Phật được xem là một đạo thực tế vì tập trung vào việc giải quyết những vấn đề cụ thể của cuộc sống, hướng dẫn con người cách sống hạnh phúc và an lạc thông qua việc hiểu rõ bản chất của thực tại và thực hành theo những nguyên tắc đạo đức giới-định-tuệ. Những gì không liên hệ đến mục đích giải thoát tối hậu, mục đích đạo đức thoát khổ thì Đức Phật sẽ rất ít nói như "tất cả lá trong rừng." Những gì Ngài chia sẻ "Kinh-luật-luận" trong 45 năm để chúng ta hiểu về cuộc đời chánh báo, y báo trong vòng tiến hóa của vũ trụ-con người-nghiệp báo thì như "nắm lá trong tay" như Kinh Thân-Thứ (*Tạp A-hàm*)[2] đã tường thuật rằng:

Một thời, tại nước Ma-kiệt-đà, Đức Thế Tôn bảo các Tỳ-kheo:

"Các Thầy hãy cùng Ta đi đến rừng Thân-thứ."

Bấy giờ, Đức Thế Tôn cùng đại chúng đi đến rừng Thân-thứ, rồi ngồi dưới bóng cây. Khi ấy, Đức Thế Tôn tay cầm nắm lá cây, hỏi các Tỳ-kheo:

"Lá cây trong nắm tay này nhiều hay lá cây trong rừng nhiều?"

Các Tỳ-kheo bạch Phật:

---

2. Kinh Tạp A-hàm, Số 404. Kinh Thân-thứ. https://suttacentral.net/

"Bạch Thế Tôn, lá cây trong nắm tay Phật rất ít, còn lá cây trong rừng thì nhiều vô lượng, gấp trăm, ngàn, vạn, ức lần cho đến tính toán thí dụ cũng không thể so sánh.

"Cũng vậy, này các Tỳ-kheo, Ta thành Đẳng chánh giác, những pháp mà Ta đã tự thấy, rồi tuyên thuyết cho mọi người như lá cây trong tay.

Vì sao? Vì pháp này có lợi ích cho nghĩa, có ích lợi cho pháp, ích lợi cho Phạm hạnh, minh tuệ chánh giác, hướng thẳng Niết-bàn.

Cũng nhiều như lá cây trong rừng lớn, chánh pháp mà Ta tự mình chứng tri, thành Đẳng chánh giác, không được Ta nói ra, cũng nhiều như thế. Vì sao? Vì những pháp ấy không lợi ích cho nghĩa, không ích lợi cho pháp, không ích lợi cho Phạm hạnh, minh tuệ chánh giác, hướng thẳng Niết-bàn.

Cho nên, các Tỳ-kheo, đối với bốn Thánh đế nếu chưa được hiện quán thì nên siêng năng tìm phương tiện, phát khởi ý muốn tăng thượng, tu học hiện quán."

Điều này cho thấy quan điểm về vũ trụ và nhân sinh (*Phật pháp*) mà trong Kinh-luật-luận trình bày có ích lợi cho con người, thật ra đó chỉ là "nắm lá trong tay" mà Đức Phật chia sẻ, còn những điều mà Ngài chưa nói (*do tuệ giác "Nhất-thiết-trí" Ngài biết hết tất cả*) thì rất nhiều như "tất cả lá trong rừng." Sở dĩ, Đức Phật chưa nói là vì Ngài quán sát thấy sự hạn chế của nghiệp thức từng loài và ngôn ngữ, không thể dùng phương tiện lời nói giao tiếp bình thường để diễn đạt hết nguồn gốc-cấu trúc-tiến trình của vũ trụ, con người và nghiệp quả thuộc về lãnh vực tâm linh chứng nghiệm, mà Đức Thế Tôn và Chư Phật đã chứng ngộ và đạt đến khả năng thẩm thấu đó.

Ngày nay trên nền tảng của công nghiệp 4.0 và những thành tựu quản lý hiện đại, các nước phát triển đang tiên phong xây dựng một mô hình xã hội "siêu thông minh" và "siêu hiệu quả" với tên gọi "xã hội 5.0",[3] thời đại Trí tuệ nhân tạo (*TTNT*) (*tiếng Anh: Artificial intelligence, AI*), kỷ nguyên khoa học NASA[4] Cơ quan Hàng không và Vũ trụ (*National Aeronautics and Space Administration*), chinh phục không gian, phát minh điện tử, vi tính, tin học, y khoa, vật lý, hóa học, sinh học, thiên văn học, ... đã giúp làm sáng tỏ về "nắm lá" của Vũ-trụ-quan và Nhân-sinh-quan mà Đức Phật đã chia sẻ cách đây 2600 năm, khi mà văn minh kỹ thuật công nghệ số chưa phát triển lúc đó.

Để từ đó, chúng ta thấy đạo Phật, đạo của giác ngộ, của từ bi-trí tuệ đã thành tựu thấy được các mô hình hệ thống vũ trụ trước khoa học, do đạo Phật cách đây hơn 2600 năm đã tập trung phát triển tột cùng của tâm thức chứng ngộ giải thoát luân hồi sanh tử và nhậm vận diệu dụng tuệ khai (*ngũ thông*)[5] thấy rõ như thật nguyên lý vận hành vũ trụ vạn vật, như thấy rõ "nắm lá" trong lòng bàn tay.

Một số thành tựu khoa học ngày nay có thể được nhìn thấy như những minh họa gợi nhắc đến 'nắm lá' mà Đức Phật đã chia sẻ, cũng như đã giúp đưa chúng ta đến gần hơn bao giờ hết về các điều kiện và tiến trình phức tạp ẩn sâu trong cội nguồn vũ trụ thế giới xung quanh mình.

Cùng nhau, khoa học và Phật giáo cung cấp những hiểu biết bổ sung: khoa học thu lượm những hiểu biết về thế giới

---

3. Cách mạng công nghiệp 5.0: Đón đầu hướng toàn cầu & quá trình đào thải khắc nghiệt hơn sắp bắt đầu!
https://www.uef.edu.vn/kcntt/hoat-dong-sinh-vien/xa-hoi-sieu-thong-minh-5-0-genz-da-san-sang-nhap-cuoc-20054
Internet vạn vật (*IoT*), Điện toán đám mây (Cloud Computing), Dữ liệu lớn (Big Data), Robot…

4. Cơ quan nghiên cứu Hàng không và Vũ trụ Quốc gia (*National Aeronautics and Space Administration*).

5. Ngũ Thần Thông: Thiên Nhãn thông, Thiên Nhĩ thông, Thần Túc thông, Túc Mạng thông và Lậu Tận thông.

thực tại, rồi kiểm chứng hiện tượng vật lý vũ trụ, phân tích, so sánh, diễn giải những quy luật này thông qua toán học, trong khi Phật giáo với chính trực giác, trải nghiệm tâm linh, năng lực thiền định tiếp cận thực tại, cảm nhận lý duyên khởi (*nguyên nhân và kết quả*) của vũ trụ-nhân sinh, sự tồn tại liên kết của quá khứ-hiện tại-vị lai. Cả hai: khoa học và Phật giáo, đã tạo ra một cuộc đối thoại phong phú giữa những thứ có thể đo lường được và siêu hình.

Chúng ta thường tự hỏi vì sao trên bầu trời ban đêm lung linh muôn vì tinh tú lấp lánh mỹ lệ, đằng sau vũ trụ bao la đó có hay không một năng lực tâm linh bất khả tư nghì (*không thể tưởng nổi*), ngoài trái đất hành tinh xanh của con người này còn các thế giới khác, các cõi của các loài thiên thể, Bồ tát khác? Có một sự thôi thúc thật sự muốn tìm tới giải đáp cho những vấn đề này. Cuộc sống là một hành trình mà sự hiếu kỳ tìm hiểu khám phá chính là điểm khởi đầu của hành trình đó. Tâm linh và khoa học sẽ giúp giải đáp phần nào.

Sự tiến hóa của vũ trụ, con người và nghiệp báo đan xen các quan điểm khoa học và Phật giáo thành những câu chuyện hấp dẫn liên quan đến chính mình, cuộc đời và vũ trụ xung quanh con người đang sống. Đó là lý do khá mạnh mẽ, đủ để mời gọi lòng hiếu kỳ, thích khám phá và thôi thúc soạn giả để tâm tìm hiểu những đề tài mới lạ này và tập tễnh biên soạn thành hai tập sách:

1. Sự Tiến Hóa của Vũ Trụ, Con Người và Nghiệp Báo

2. Vũ Trụ Luận dưới Lăng Kính Khoa Học và Phật Giáo

Vũ trụ tiến hóa, con người luân hồi, nghiệp báo xoay vần, nhân quả của vũ trụ (*Vũ Trụ-Nhân-Duyên Sanh*) và mỗi một sinh mạng của hữu tình (*Hữu tình-Nhân-Duyên Sanh*)... cũng là những đề tài mà soạn giả thường chia sẻ trong các buổi pháp thoại hay hội thảo cộng đồng như ở Hội Phật Học Đuốc Tuệ (*California*), đài Tivi Asian World Media, Đài Truyền

Hình IBC TV, kênh Phật Pháp Ứng Dụng Chùa Hương Sen và các cơ sở tự viện khác trên nước Hoa Kỳ, Việt Nam, Ấn Độ, Tích Lan, Đài Loan, Hàn Quốc, Malaysia... Những ý tưởng này cũng được sưu tầm lại, góp mặt trong 2 tập sách này và mạo muội ra mắt.

Nhân dịp này, chúng tôi muốn bày tỏ lòng tri ân đến Chư tôn thiền đức Tăng Ni, quý Phật tử xa gần, cơ quan hội đoàn, các thiện tri thức xa gần; cám ơn Nhà xuất Bản Hồng Đức, Sư cô Nhuận Ân, Sư cô Chơn Như, đạo hữu Nguyên Hà, đạo hữu Vũ Đình Trọng, đạo hữu Lý Nhàn và nhiều vị nữa đã góp ý, đưa thông tin, giúp sửa chính tả, thiết kế, xin giấy phép, in ấn và phổ biến để hai tác phẩm được đến các bạn đọc xa gần; cũng như kính tri ân các tác giả, nhà khoa học, nhà văn, nhà báo có tên hay ẩn tên của nhiều đoạn văn, hình ảnh, bài báo, bài trích dẫn được sưu tầm từ nhiều nguồn tư liệu hiện đại, bao gồm sách, bài báo, và một số nguồn trực tuyến. Vì khả năng hạn chế, nên thông tin trong hai tác phẩm này có đôi lúc chưa được dẫn nguồn, hoặc trích dẫn chính xác, rất mong được sự lượng thứ của các tác giả xa gần, tác giả mong muốn được bổ sung và chuẩn hóa thêm phần tham khảo để tác phẩm hoàn thiện hơn trong lần tái bản sau.

Xin thành tâm cảm tạ.
Dưới bầu trời đầy sao
Thì thầm lời cầu nguyện
Vườn tâm Hương Sen nở
Thế giới sáng muôn màu.

Beneath starlit skies
Huong Sen whispers peace to all
Lotus blooms in grace
The world is colorful.

Nam Mô Hoan Hỉ Tạng Bồ Tát Ma-ha-tát.

Thất Bà-điểm Hóc-môn, ngày 20 tháng 07 năm 2025
Kính bút,
Thích Nữ Giới Hương

Chương 1

KHỞI NGUYÊN CỦA VŨ TRỤ - THUYẾT BIG BANG

-oOo-

1.1.Ngày Đầu Tiên tạo nên Vũ Trụ
- 1.1.i. Vụ Nổ Lớn (*Big Bang*)
- 1.1.ii. Thời kỳ Lạm Phát
- 1.1.iii. Hình thành các hạt cơ bản
- 1.1.iv. Hình thành các nguyên tử
- 1.1.v. Hình thành các thiên hà và ngôi sao
- 1.1.vi. Sự hình thành Trái Đất

1.2. Vũ Trụ giãn nở không ngừng
- 1.2.i. Giãn nở:
- 1.2.ii. Năng lượng tối:
- 1.2.iii. Vũ Trụ đang tiến hóa và mở rộng một cách liên tục
- 1.2.iv. Tương lai của Vũ Trụ

1.3. Định nghĩa Vũ Trụ Luận

1.4. Thời gian cấu tạo Vũ Trụ

-oOo-

1.1. NGÀY ĐẦU TIÊN TẠO NÊN VŨ TRỤ

Ngày đầu tiên tạo nên vũ trụ là một khái niệm trừu tượng và không có một "ngày" cụ thể như chúng ta hiểu trong lịch sử Trái Đất. Trong khoa học, thời điểm bắt đầu vũ trụ được cho là Vụ Nổ Lớn (*Big Bang*), xảy ra cách đây khoảng 13,8 tỷ năm. Đây là sự kiện khởi đầu cho sự giãn nở của vũ trụ và sự hình thành của các thiên hà, các ngôi sao và các hành tinh, bao gồm cả Trái Đất.

Để hiểu rõ hơn, hãy xem xét các mốc thời gian quan trọng trong quá trình hình thành vũ trụ:

1.1.i. Vụ Nổ Lớn (*Big Bang*)

Khởi nguyên, vũ trụ vốn chưa có một cái gì, chỉ là một khoảng chân không, hư không mênh mông bát ngát. Bắt đầu toàn bộ vũ trụ tập trung trong một điểm kỳ dị có mật độ và nhiệt độ vô hạn. Sau đó, một sự giãn nở đột ngột đã xảy ra, đánh dấu sự khởi đầu của vũ trụ.

Bỗng có một khối năng lượng nhỏ xíu (*thể tích cực kỳ nhỏ*) xuất hiện và từ từ dãn nở với một tốc độ siêu nhanh. Nhanh hơn nhiều lần tốc độ ánh sáng. Trong vòng chưa đầy một phần tỷ của một giây, vũ trụ nở lớn ra gấp hằng tỷ lần so với kích thước ban đầu của nó, qua một tiến trình được gọi là "vũ trụ giãn nở". Càng nở lớn ra thì nó càng nguội dần. Tuy vậy, đến khi thể tích khối nhiệt nầy lớn lên, lớn bằng quả banh tennis, thì nó vẫn còn rất nóng, nóng đến hàng tỷ tỷ độ C^0 và có một mật độ (*density*) khối lượng cực kỳ lớn.[6] Bỗng nhiên, thể tích khối cầu nhiệt lượng nầy nổ tung ra thành vô số khối nhỏ, từ đó dần dần tạo thành hành tinh, thái dương hệ, dãy ngân hà và vô số thế giới. Đó là thuyết Vụ Nổ Lớn (*Big*

---

6. Thuyết Big Bang giải thích ra sao về khởi nguyên của vũ trụ? http://nhulieuthanhkinh.com/index.php/than-hoc/than-hoc-van-dap/quyen-i-thanh-kinh-hoc-2/ba-i-12-th-a-ng-a-ha-c-sa-sa-ng-ta-o-a-thuya-t-big-bang

Bang) xảy ra cách đây khoảng 13,8 tỷ năm.[7]

1.1.ii. Thời kỳ Lạm Phát

Ngay sau Vụ Nổ Lớn, vũ trụ trải qua giai đoạn giãn nở siêu nhanh, được gọi là thời kỳ lạm phát.

1.1.iii. Hình thành các hạt cơ bản

Sau thời kỳ lạm phát, các hạt cơ bản như quark và lepton bắt đầu hình thành.

1.1.iv. Hình thành các nguyên tử

Khi vũ trụ nguội đi, các quark kết hợp để tạo thành proton và neutron, sau đó các proton và neutron kết hợp với nhau để tạo thành các nguyên tử hydro và heli.

1.1.v. Hình thành các thiên hà và ngôi sao

Do lực hấp dẫn, các đám mây khí hydro và heli bắt đầu co lại hình thành các thiên hà và ngôi sao.

1.1.vi. Sự hình thành Trái Đất

Trái Đất là một phần của một thiên hà, và được hình thành từ các đám mây khí và bụi xung quanh một ngôi sao trẻ (*Mặt Trời*).

Nhu vậy, ngày đầu tiên tạo nên vũ trụ được liên kết chặt chẽ với sự kiện lớn nhất quan trọng nhất trong lý thuyết sáng tạo - sự kiện Vụ nổ lớn (*Big Bang*). Big Bang là một khái niệm khoa học mô tả sự bắt đầu của vũ trụ, nơi mà không gian và thời gian bắt đầu tồn tại.

Hầu hết các nhà thiên văn học ngày nay đều tin rằng vài giây sau vụ nổ, thì nhiệt độ giảm xuống đến một điểm mà ở đó các phản ứng đã xảy ra bắt đầu tạo nên hạt nhân của các nguyên tố nhẹ mà từ đấy một thời gian rất lâu sau vật chất trong vũ trụ được hình thành.

---

7. Bí ẩn của vũ trụ: Những gì tồn tại trước vụ nổ Big Bang? https://www.bbc.com/vietnamese/articles/cgx9nwegv4eo

Ảnh chụp của kính viễn vọng không gian James Webb hé lộ một số thiên hà cổ xưa nhất và xa nhất từng được quan sát. Ảnh: NASA/ESA/CSA/STScI

Ý nghĩa của Big Bang đã được đưa ra trong các phương trình của lý thuyết tương đối và lý thuyết lượng tử. Albert Einstein, trong các phương trình của ông về thuyết tương đối tổng quát, đã dự đoán về một vũ trụ mở rộ hay co lại, tương ứng với các tình huống khác nhau.

Chứng cứ về sự kiện Big Bang đã được thu thập thông qua quan sát thiên văn học. Bức xạ nền vi sóng, hay tia nền, được phát hiện vào những năm 1960, cung cấp một bằng chứng mạnh mẽ cho sự mở rộ của vũ trụ.

Sau sự kiện Big Bang, vũ trụ đã bắt đầu mở rộ và phát triển theo thời gian. Các ngôi sao, hành tinh, và các cấu trúc hành tinh khác đã hình thành qua quá trình nguyên tử hóa và sự tụ hợp của vật chất.

Ngày đầu tiên tạo nên vũ trụ là một phần quan trọng trong lịch sử của vũ trụ. Nó truyền sự cảm hứng để khám phá và tìm hiểu về nguồn gốc và phát triển môi trường sống của chúng ta.

Tóm lại, không có một "ngày" cụ thể nào đánh dấu sự khởi đầu của vũ trụ, mà đó là một quá trình liên tục bắt đầu từ Vụ Nổ Lớn kéo dài cho đến ngày nay, với sự hình thành và phát triển của các thiên hà, các ngôi sao, và các hành tinh.

1.2. VŨ TRỤ GIÃN NỞ KHÔNG NGỪNG

Sau một vụ nổ lớn (*Big Bang*), vũ trụ, không gian, thời gian, thiên hà, ngôi sao, ra đời. Rồi 10 tỷ năm sau đó thì Trái đất của loài người mới ra đời, "con người có trí tuệ thì mới xuất hiện khoảng 15.000 - 20.000 năm trước (*giữa và cuối kỷ băng hà*)" [8].... và cả sự sống của muôn loài được tạo ra cho đến ngày nay.

Từ lâu, con người đã không ngừng tìm hiểu về nguồn gốc sự phát triển của con người và vũ trụ. Mỗi đêm, nhìn lên bầu trời đầy sao lấp lánh nhiều màu lung linh, một quang cảnh sống động, trong vắt, thăm thẳm, thắp sáng bởi vô vàn các tinh tú mỹ lệ. Tự hỏi, làm sao để biết về vũ trụ, thế giới, hành tinh, thiên thể, ngôi sao kia? Vũ trụ phát triển xuyên qua thời gian khi mình chưa sanh ra, đến ngày nay cũng như tương lai sẽ như thế nào?

Một nghiên cứu được công bố trên Tạp chí Thiên văn học

---

8. Quá trình hình thành và tiến hóa của sự sống trên Trái đất. https://khoahoc.tv/qua-trinh-hinh-thanh-va-tien-hoa-cua-su-song-tren-trai-dat-80614
Diễn giải: Một nguồn tài liệu khác cho biết: Khoảng 300.000 năm trước, loài người "tiền sử"mới hình thành từ loài khỉ vượn, nên trí sáng chưa hiện, chưa thông minh lắm, cùng với 8 loài khác giống nhau đã tuyệt chủng, nhưng loài người hiện sử hiện nay trở nên thông minh sáng suốt hơn thì bắt đầu từ khoảng "15.000 - 20.000 năm trước (giữa và cuối kỷ băng hà….)"
Tham khảo: Có bao nhiêu loài người tiền sử từng sống trên Trái Đất? https://dantri.com.vn/khoa-hoc/co-bao-nhieu-loai-nguoi-tien-su-tung-song tren-trai-dat-20210125121450701.htm

và Vật lý hạt thiên văn cho rằng, vũ trụ đang không ngừng phát triển và mở rộng tiếp tục cho đến ngày nay, với tốc độ ngày càng tăng là do sáp nhập với các vũ trụ sơ sinh nhỏ hơn: "Sự giãn nở nhanh chóng của vũ trụ chúng ta, gây ra bởi năng lượng tối bí ẩn, có thể có một lời giải thích trực quan đơn giản, đó là sự hợp nhất với cái gọi là vũ trụ sơ sinh và rằng một mô hình cho điều này có thể phù hợp với dữ liệu hơn là mô hình vũ trụ tiêu chuẩn".[9]

Mô hình Vũ trụ Tiêu chuẩn là học thuyết chính về sự tiến hóa vũ trụ, theo đó vũ trụ bắt đầu với Vụ nổ lớn (*Big Bang*), trải qua sự mở rộng theo cấp số nhân vào giai đoạn đầu và tiếp tục mở rộng kể từ đó, có lẽ là do vũ trụ trẻ của chúng ta va chạm với một vũ trụ lớn hơn, có thể vũ trụ lớn hơn hiện nay của chúng ta sẽ tiếp tục va chạm và hấp thụ các vũ trụ sơ sinh khác. Vũ trụ của chúng ta "tiếp tục giãn nở như một quả bóng bay được thổi căng dần, nó có thể cứ lớn mãi."[10]

Ngày nay với sự tiến bộ của công nghệ kỹ thuật và đặc biệt xuất hiện nhiều ngành Thiên Văn Học, Cơ quan Hàng không và Vũ trụ Quốc gia của nhiều nước, nên nhiều cơ hội cho các nhà khoa học nghiên cứu và trải nghiệm trên không trung, cũng như những kiến thức khám phá về vũ trụ, mặt trời, mặt trăng, ngôi sao... cũng phổ biến rộng rãi trên toàn cầu.

Với những thông tin của NASA (*National Aeronautics and Space Administration: Cơ quan Hàng không và Vũ trụ Quốc gia*), chúng ta cũng biết thêm rằng trái đất chỉ là một trong số 200 tỷ ngôi sao của dãy ngân hà Milk Way và hiện nay nơi xa nhất là Mặt trăng, một vệ tinh mà con người đã

9. Chủ nhiệm nghiên cứu Jan Ambjorn nói với LiveScience, Vì sao vũ trụ không ngừng mở rộng?
https://vov.vn/the-gioi/cuoc-song-do-day/vi-sao-vu-tru-khong-ngung-mo-rong-post1077687.vov

10. Như trên.

đặt chân tới để khám phá từ thế kỷ XX đến nay. Con người đã có thể thu được tín hiệu từ những nơi cách xa hàng tỷ năm ánh sáng.

Từ Trái đất tới Mặt trăng dài 384.000km,với vận tốc lên tới xấp xỉ 300.000 cây số mỗi giây, ánh sáng chỉ mất có hơn 1 giây để đưa một hình ảnh từ Trái đất lên tới Mặt trăng, nhưng nó sẽ phải mất tới hơn 50 tỷ năm để tới được rìa của vũ trụ.[11]

Vũ trụ này gồm có trái đất xoay quanh mặt trời, Thái dương hệ nằm trong hệ ngân hà, Ngân hà nằm trong hệ Thiên hà và vô số Thiên hà trong vũ trụ luôn di chuyển và biến dịch. Những nhà vũ trụ học ngày nay tin rằng vài giây sau vụ nổ này, nhiệt độ giảm xuống tới một điểm mà những phản ứng đã xảy ra bắt đầu làm hạt nhân của những thành phần nhẹ hơn, từ đó đến rất lâu về sau này tất cả vật chất trong vũ trụ đi đến hình thành và phát triển.

Vũ trụ đang không ngừng giãn nở. Quá trình giãn nở này đã bắt đầu sau vụ nổ Big Bang vẫn tiếp diễn cho đến ngày nay. Tốc độ giãn nở của vũ trụ được đo bằng hằng số Hubble, và các nhà khoa học vẫn đang nghiên cứu để hiểu rõ hơn về nó.

1.2.i. Giãn nở:

Sau Big Bang, vũ trụ bắt đầu giãn nở các thiên hà, tinh vân, và các thiên thể khác bắt đầu hình thành, trôi dạt ra xa nhau.

1.2.ii. Năng lượng tối:

Năng lượng tối là một loại năng lượng bí ẩn được cho là đang thúc đẩy quá trình giãn nở của vũ trụ, khiến nó giãn nở nhanh hơn theo thời gian.

---

11. Quá trình hình thành và tiến hóa của sự sống trên Trái đất. https://khoahoc.tv/qua-trinh-hinh-thanh-va-tien-hoa-cua-su-song-tren-trai-dat-80614

1.2.iii. Vũ trụ đang tiến hóa và mở rộng một cách liên tục:

Sự khám phá này phù hợp với trực giác căn bản của những nhà thiên văn học Phật giáo cổ đại, những người nhận thức rằng bất cứ hệ thống vũ trụ đặc thù nào cũng đi qua những giai đoạn hình thành, phát triển, thay đổi và cuối cùng tan hoại (*thành, trụ, hoại, không*). Những điều này đã kích thích ngành học Vũ trụ luận xuất hiện để đáp ứng nhu cầu kiến thức, nhất là tìm hiểu về con người và vũ trụ xung quanh.

1.2.iv. Tương lai của vũ trụ:

Tương lai của vũ trụ phụ thuộc vào bản chất của năng lượng tối. Nếu năng lượng tối là một hằng số, vũ trụ sẽ tiếp tục giãn nở mãi mãi, dẫn đến một kết cục gọi là *"Big Freeze"*. Tuy nhiên, nếu năng lượng tối thay đổi theo thời gian, vũ trụ có thể ngừng giãn nở rồi bắt đầu co lại, dẫn đến một kết cục gọi là *"Big Crunch."*

Vũ trụ đang giãn nở, và tương lai của nó phụ thuộc vào nhiều yếu tố, trong đó năng lượng tối đóng vai trò quan trọng.

1.3. ĐỊNH NGHĨA VŨ TRỤ LUẬN

Vũ trụ luận (*Cosmology*) xuất xứ từ Hy lạp là Kosmos = thế giới, logia= nghiên cứu về. Đây là khoa nghiên cứu về thế giới, vũ trụ để tìm hiểu nguồn gốc, sự tiến hoá, thay đổi trải qua nhiều thế hệ, cùng số phận của vũ trụ. Việc khảo cứu về vũ trụ đã có một lịch sử lâu dài liên quan đến khoa học, triết học, thuyết bí truyền của một nhóm người, và của một tôn giáo.

Nhà vật lý người Mỹ có tên là Alan Guth[12] vào những năm 1980 đã đưa ra giả thuyết về sự mở rộng nhanh chóng của vũ trụ trong giai đoạn ban đầu, được gọi là "cơn sóng mở rộng"

12. Alan Guth.
https://en.wikipedia.org/wiki/Alan_Guth
https://vi.wikipedia.org/wiki

(*inflationary theory*). Các nhà khoa học nổi tiếng như Stephen Hawking, Andrei Linde, và Paul Steinhardt, cùng với nhiều nhà nghiên cứu khác, đã có những đóng góp quan trọng trong việc nghiên cứu và thảo luận về lý thuyết Vũ trụ luận này.

Tenzin Gyatso là Đạt-lai Lạt-ma thứ 14, nhà lãnh đạo nhân dân Tây Tạng đã chia sẻ rằng vũ trụ học hiện đại[13] – như những ngành khác trong các khoa học vật lý – được sáng lập bởi lý thuyết tương đối của Einstein. Trong vũ trụ học các dữ liệu quan trắc thiên văn được sử dụng cùng với lý thuyết tương đối tổng quát, mà nó tái hệ thống hóa trọng trường như là một dạng uốn cong của không-thời gian, đã cho thấy rằng vũ trụ của chúng ta chẳng những không vĩnh hằng mà cũng không tĩnh yên trong dạng hiện tại của nó. Nó tiến hoá và giản nở liên lục. Phát hiện này tương hợp với hiểu biết trực giác cơ bản của các nhà thiên văn Phật giáo cổ đại, là những người đã nhận thức được rằng mọi hệ thống vũ trụ đặc trưng bất kỳ đều trải qua các giai đoạn hình thành, phát triển và sau cùng là hủy diệt.

Trong vũ trụ học hiện đại, vào thập niên 1920, cả dự đoán trong lý thuyết (*của Alexander Friedmann*) lẫn quan sát thực nghiệm chi tiết (*bởi Edwin Hubble*), như là quan sát về hiệu ứng dịch chuyển đỏ thì giá trị đo được từ nguồn ánh sáng phát ra từ các thiên hà ở xa lại lớn hơn giá trị đo được từ các thiên hà ở gần – đã biểu thị một cách thuyết phục là vũ trụ thì cong và đang giản nở.

Trong thập niên 1960 thì bức xạ nền vi sóng đã được phát hiện khắp nơi trong vũ trụ; nó được nhận biết như là một âm vang hay một sự hậu phát quang của các hậu quả của vụ nổ lớn. Các đo đạc chính xác về quang phổ, phân cực và phân bố không gian của bức xạ nền đã được xác nhận rộng rãi, ít nhất

13. Vụ Nổ Lớn và Vũ Trụ Phật Giáo Không có Khởi Nguồn https://voer.edu.vn/m/vu-no-lon-va-vu-tru-phat-giao-khong-co-khoi-nguon/023d6e00

là về nguyên tắc chung, trong các mô hình lý thuyết hiện tại về nguồn gốc vũ trụ.

Nhà Thiên Văn Học Trịnh Xuân Thuận[14] cho rằng "Vũ trụ luôn biến chuyển, không bao giờ ngưng. Các vì sao cũng sinh ra, tàn lụi, rồi chết đi như tất cả chúng ta, nhưng cuộc đời của một vì sao dài tính bằng hàng tỷ năm chứ không ngắn như đời chúng ta. Phật Giáo theo quan điểm vô thường. Như chúng ta nghĩ đang "ngồi yên" trong thiền đường này thì thực ra chúng ta đang vận chuyển theo trái đất chung quanh mặt trời với vận tốc 30km một giây đồng hồ; mà mặt trời cũng đang vận chuyển 220km một giây quanh trung tâm của Ngân Hà; và chính thiên hà này cũng đang tự quay với tốc độ 90km mỗi giây ở nơi chúng ta đang sống."

Như vậy, tất cả vạn tượng, vũ trụ, tinh tú, vì sao, mặt trời... đều đang vận chuyển, tất cả đều thay đổi, luân chuyển trong từng sát-na nhanh chóng như dòng suối chảy, giọt nước của dòng thác liên tục tiếp nối chảy nhanh, mà chúng ta nhìn tưởng là tấm lụa trắng đứng yên. Thật ra, vũ trụ, cơ thể con người và tất cả hình tướng đều đang thay đổi, trạng thái động (*như móng tay ra, tóc dài... mà ý thức chúng ta không nhận ra dòng vận hành đó*). Đây là quan niệm vô thường vận chuyển giãn nở, thay đổi không ngừng trong Phật Giáo.

1.4. THỜI GIAN CẤU TẠO VŨ TRỤ

Quyển Cấu Tạo của Vũ trụ (*The Structure of The Universe*)[15] của Paul Halpern, đã tóm tắt thời gian cấu tạo vũ trụ bằng thuyết "Vụ Nổ Lớn" (*Big Bang*) như sau:

---

14. Trịnh Xuân Thuận, Tương Đồng Giữa Khoa Học Và Phật Giáo https://thuvienhoasen.org/a15729/tuong-dong-giua-khoa-hoc-va-phat-giao-theo-nha-vat-ly-thien-van-trinh-xuan-thuan

15. Paul Halpern, The Structure of The Universe, Cấu Tạo của Vũ trụ, trang 120-1.

1. Vụ Nổ Lớn: Vũ trụ bắt đầu từ 9 đến 20 tỷ năm.
2. 1/100.000 giây sau khi Vụ Nổ Lớn: Dương điện tử, Trung hòa tử xuất hiện.
3. 1 phút sau Vụ Nổ Lớn: Nguyên tử xuất hiện.
4. 1 năm sau: Âm điện tử hợp với nguyên tử tạo thành nguyên tố.
5. 50 triệu năm sau : Các ngôi sao thành hình.
6. 4,5 tỷ năm cách nay: Các hành tinh thành hình.
7. 360-300 triệu năm (kỷ Carbon Than Đá) cách nay: các loài giun đất xuất hiện.
8. 243-233,23 triệu năm trước (cuối kỷ Tam Điệp Trias) cách nay: Khủng Long xuất hiện.
9. Khoảng 300.000 năm cách nay: Loài người (Homo sapiens) bắt đầu xuất hiện.

https://thuvienhoasen.org/a17126/loi-phat-day-va-khoa-hoc

Chương 2

SỰ HÌNH THÀNH HỆ MẶT TRỜI, CÁC HÀNH TINH VÀ TRÁI ĐẤT

-oOo-

-oOo-

Sự hình thành của Hệ Mặt Trời, Hành Tinh, Trái Đất, Đại Dương và Khí Quyển là một quá trình phức tạp kéo dài hàng tỷ năm. Dưới đây là một cách tóm tắt về quá trình này.

2.1. HÌNH THÀNH HỆ MẶT TRỜI

Hệ Mặt Trời được hình thành từ một đám mây phân tử khổng lồ, hay còn gọi là tinh vân, cách đây khoảng 4,568 tỷ năm. Quá trình này bắt đầu khi một phần của đám mây sụp đổ dưới tác dụng của trọng lực, và sau đó quay nhanh hơn khi co lại do bảo toàn mô men động lượng. Quá trình này dẫn đến việc hình thành Mặt Trời ở trung tâm và một đĩa tiền hành tinh xung quanh, từ đó các hành tinh, vệ tinh và các thiên thể khác trong hệ Mặt Trời được hình thành.

Sự hình thành:

i. Đám mây phân tử ban đầu:

Hệ Mặt Trời bắt đầu từ một đám mây phân tử khổng lồ, chủ yếu bao gồm hydro, heli và một lượng nhỏ các nguyên tố nặng hơn.

ii. Sụp đổ hấp dẫn:

Một sự kiện nào đó, có thể là một vụ nổ siêu tân tinh, đã gây ra sự sụp đổ hấp dẫn của một phần đám mây.

iii. Tạo thành đĩa tiền hành tinh:

Khi đám mây sụp đổ, nó bắt đầu quay nhanh hơn và hình thành một đĩa phẳng gọi là đĩa tiền hành tinh, với Mặt Trời ở trung tâm.

iv. Hình thành hành tinh:

Vật chất trong đĩa bắt đầu kết tụ lại với nhau, hình thành các hành tinh, hành tinh lùn, và các thiên thể khác.

Sự tiến hóa:

a. Mặt Trời ở giai đoạn sao T Tauri:

Khi mới hình thành, Mặt Trời ở giai đoạn sao T Tauri, giai đoạn này có đặc trưng là gió sao mạnh và hoạt động mạnh mẽ.

b. Hình thành các hành tinh:

Các hành tinh được hình thành từ các hạt bụi và khí trong đĩa tiền hành tinh. Các hành tinh đá như Trái Đất hình thành gần Mặt Trời, trong khi các hành tinh khí khổng lồ hình thành ở xa hơn.

c. Mặt Trời ổn định:

Sau giai đoạn T Tauri, Mặt Trời dần ổn định và bắt đầu quá trình đốt cháy hydro trong lõi, đây là giai đoạn chính trong vòng đời của một ngôi sao.

d. Tiến hóa trong tương lai:

Trong tương lai, Mặt Trời sẽ tiếp tục đốt cháy hydro, sau đó chuyển sang đốt cháy heli và cuối cùng sẽ trở thành một sao lùn đỏ, sau đó là sao lùn trắng.

e. Những mốc thời gian quan trọng:

4,568 tỷ năm trước: Hệ Mặt Trời bắt đầu hình thành.

Khoảng 3,8 đến 2,5 tỷ năm trước: Mặt Trời chỉ sáng bằng khoảng 75% so với hiện nay, theo khoa học.

Trong tương lai: Mặt Trời dự kiến sẽ tồn tại thêm khoảng 5 tỷ năm nữa, theo file.hstatic.net

Hệ Mặt Trời (*Thái Dương Hệ*) là "Một hệ hành tinh có Mặt Trời ở trung tâm và các thiên thể nằm trong phạm vi lực hấp dẫn của Mặt Trời,"[16] tất cả chúng được hình thành từ sự suy sụp của một đám mây phân tử khổng lồ cách đây gần 4,6 tỷ năm.

Hệ Mặt Trời là bao gồm các hành tinh, mặt trăng, tiểu hành tinh, sao chổi và các vật thể nhỏ khác. Chúng được hình thành từ một đám mây khí và bụi, được gọi theo tên chuyên biệt là chủng tọa nguyên. Đám mây này bắt đầu co lại do tác động của một sự kiện nào đó, có thể là một Supernova hoặc va chạm với một đám mây khác. [17]

---

16. Hệ Mặt Trời là gì?
https://khoahoc.tv/he-mat-troi-la-gi-808 77

17. Tóm tắt về Hệ Mặt Trời: Sự Tiến Hóa.
https://www.teachy.app/vi_VN/summaries/giao-duc-trung-hoc-co-so/lop-9/khoa-hoc/tien-hoa-cua-he-mat-troi-tu-djam-may-mat-troi-djen-cac-ly-thuyet-hien-djai-d15bb0

Trung tâm của đám mây cuối cùng hình thành Mặt Trời. Áp xuất và nhiệt độ tăng lên ở trung tâm, tạo ra điều kiện để quá trình hạt nhân hóa hydro thành helium xảy ra, giống như quá trình diễn ra trong các ngôi sao.

Mặt Trời, sau khi hoàn thành quá trình hình thành, trở thành một ngôi sao loại G, và sự cháy năng lượng ở trung tâm của nó thông qua nguyên tắc hydro-stellar[18] giúp duy trì sự ổn định, tỏa ra ánh sáng và nhiệt độ.

Cuốn Thanh Tịnh Đạo Luận (*Visuddhimagga*)[19] đã mô tả cảnh giới vũ trụ rất nhiều, rất xa mà ngay cả ánh sáng của mặt trời mặt trăng chưa vươn đến như sau: "Những mặt trời và những mặt trăng này soi sáng và chiếu xa chừng nào thì giới hạn của vũ trụ ngàn thế giới mở ra xa chừng ấy." Cũng như có các cõi trời ánh sáng mặt trời chưa chiếu tới, nơi đó, không bị tam tai và tám nạn.

2.2. HÌNH THÀNH CÁC HÀNH TINH

Các hành tinh hình thành từ tinh vân Mặt Trời, một đám mây khí và bụi quay quanh một ngôi sao trẻ. Quá trình này diễn ra thông qua sự bồi tụ, nơi các hạt bụi va chạm và dính lại với nhau, dần dần tạo thành các thiên thể lớn hơn, bao gồm cả hành tinh.

i. Tinh vân Mặt Trời:

Hệ Mặt Trời, bao gồm cả các hành tinh, được hình thành

---

18. Mặt trời đã cháy gần 5 tỷ năm vẫn chưa tắt, nó sử dụng loại nhiên liệu gì? https://vnreview.vn/threads/mat-troi-da-chay-gan-5-ty-nam-van-chua-tat-no-su-dung-loai-nhien-lieu-gi.5136/

19. Thanh Tịnh Đạo Luận (*Visuddhimagga*), The Path of Purification, Luận sư Bhadantacariya Buddhaghosa,
Chuyển dịch từ Pàli sang Anh ngữ: Trưởng lão Nanamoli, Việt dịch: Thích Phước Sơn.
https://phatphapungdung.com/phap-bao/thanh-tinh-dao-luan-162617.html

từ một đám mây khí và bụi khổng lồ quay quanh một ngôi sao trẻ, được gọi là tinh vân Mặt Trời.

ii. Bồi tụ:

Các hạt bụi trong tinh vân va chạm và dính vào nhau do lực hấp dẫn, tạo thành các hạt nhỏ hơn, rồi các hạt này lại tiếp tục va chạm rồi dính vào nhau, dần dần hình thành các thiên thể lớn hơn, gọi là các tiền hành tinh (*planetesimals*).

iii. Tiền hành tinh:

Các tiền hành tinh tiếp tục va chạm rồi hợp nhất, tạo thành các vật thể lớn hơn, có kích thước từ vài km đến vài chục km, được gọi là các vi thể hành tinh (*planetesimals*).

iv. Hình thành hành tinh:

Một số vi thể hành tinh có thể tiếp tục lớn lên, va chạm rồi hợp nhất để hình thành các hành tinh. Quá trình này diễn ra trong một thời gian dài, với sự tham gia của nhiều quá trình vật lý và hóa học.

v. Mặt Trời và các hành tinh:

Khi Mặt Trời hình thành và bắt đầu đốt cháy, năng lượng của nó đã giúp định hình và duy trì quỹ đạo của các hành tinh quay quanh nó.

vi. Giai đoạn cuối:

Sau khi các hành tinh đã hình thành, các vi thể hành tinh còn lại có thể bị các hành tinh lớn hơn hút vào hoặc bị đẩy ra xa khỏi hệ Mặt Trời, một số có thể va chạm với các hành tinh, tạo thành các tiểu hành tinh, sao chổi, v.v.

Quá trình hình thành hành tinh là một quá trình phức tạp và kéo dài, liên quan đến nhiều yếu tố như lực hấp dẫn, va chạm, tương tác vật lý và hóa học. Các nhà khoa học vẫn đang tiếp tục nghiên cứu để hiểu rõ hơn về quá trình này.

Khi vũ trụ của chúng ta còn ở giai đoạn sơ khai, đám mây

nguyên liệu chứa nhiều loại nguyên tố bắt đầu co lại dưới tác động của sự co giãn không gian hoặc do sự tác động của một nguồn năng lượng bên ngoài, có thể là một supernova. Sự co lại này tạo ra một đĩa xoay quanh trung tâm, mà sau này sẽ trở thành Mặt Trời.

Trong đĩa xoay này, các hạt bụi và khối vật liệu bắt đầu hợp nhất lại với nhau thông qua quá trình accretion. Những hạt lớn hơn và nặng hơn hình thành các hòn đá và kim loại, trong khi những hạt nhỏ hơn hình thành khối lớn của các hành tinh.

Khi vật liệu bắt đầu tụ hợp thành những hạt nhỏ li ti, sau đó thành hòn đá và kim loại lớn hơn, cuối cùng là các hành tinh. Sự tụ hợp này được gọi là quá trình Accretion.

Các nhà thiên văn học cũng phát hiện ngoại hành tinh (*hành tinh ngoài Hệ Mặt trời*) khổng lồ, giống sao Mộc, quay xung quanh một sao lùn đỏ khá nhỏ. Phát hiện này tạo ra nghi ngờ về thuyết hình thành hành tinh, vốn được chấp nhận lâu nay.[20]

2.3. HÌNH THÀNH TRÁI ĐẤT

Trái Đất được hình thành từ một đám mây bụi và khí gas khổng lồ, còn gọi là tinh vân Mặt Trời, cách đây khoảng 4,6 tỷ năm. Quá trình này diễn ra cùng với sự hình thành của Hệ Mặt Trời.

Cụ thể, quá trình hình thành Trái Đất diễn ra như sau:

i. Tinh vân Mặt Trời:

Hệ Mặt Trời ban đầu là một đám mây bụi và khí gas quay tròn, bao gồm hydro, heli và các nguyên tố nặng hơn được tạo ra từ các ngôi sao đã chết.

---

20. Các hành tinh hình thành như thế nào? https://giaoducthoidai.vn/cac-hanh-tinh-hinh-thanh-nhu-the-nao-post421792.html

ii. Sự nén và phân chia:

Một sự kiện như vụ nổ siêu tân tinh có thể đã làm nên tinh vân Mặt Trời, khiến nó quay nhanh hơn và trở nên phẳng hơn, giống như một đĩa.

iii. Rạn Nứt Địa Chất:

Rạn nứt địa chất là kết quả của sự chuyển động của các "tấm kiến tạo" (*mảng kiến tạo, xuất phát từ thuyết kiến tạo mảng, là một phần của lớp vỏ Trái Đất tức thạch quyển*),[21] tạo ra các khe hẹp hoặc rộng lớn trên bề mặt Trái Đất. Những rạn nứt này có thể là kết quả của các địa chấn hoặc sự kéo dài của các tấm kiến tạo, có thể tạo ra các thung lũng sâu hoặc các dãy núi cao.

iv. Núi Lửa và Hoạt Động của Núi Lửa:

Hoạt động núi lửa tạo ra các dãy núi và núi non khi nham thạch, nham sáp và các vật liệu đáng lửa khác được đẩy lên từ nền đất sâu dưới bề mặt Trái Đất. Các dãy núi và núi non này có thể tạo ra vùng đất địa lý rất đồ sộ và phong phú.

Núi lửa có thể phun trào một lượng khổng lồ dung nham nóng chảy cùng khí tích tụ dưới lòng đất, đe dọa chôn vùi mọi sự sống ở xung quanh miệng núi.

v. Trình Tự Địa Chấn:

Sự chuyển động của các tấm kiến tạo tạo ra các trận địa chấn, làm biến đổi cả bề mặt của đất đai. Địa chấn có thể làm nổi lên các dãy núi mới, tạo ra các rãnh chia tách, hoặc làm thay đổi hình dạng của đất đai hiện có.

vi. Địa Mạch Và Địa Tình:

Địa mạch bao gồm các sự kiện như phong tỏa, xói mòn và di chuyển tạo ra các hình thái địa tinh đa dạng như hồ, hồ

---

21. Mảng kiến tạo.
https://vi.wikipedia.org/wiki

nước ngầm, thung lũng, và bán đảo. Các địa tinh này có thể được tạo ra bởi sự tác động của nước, gió, băng tuyết và sự chuyển động địa chất.

vii. Tập hợp vật chất:

Trọng lực và quán tính đã làm cho vật chất trong đĩa tập trung lại, va chạm và kết hợp với nhau, tạo thành các hành tinh nhỏ, rồi các tiền hành tinh.

vii. Hình thành Trái Đất:

Trái Đất hình thành từ sự va chạm của các tiền hành tinh, trong đó có một vụ va chạm lớn với một thiên thể có kích thước bằng sao Hỏa, được gọi là "va chạm hình thành mặt trăng".

viii. Nóng chảy và phân dị:

Trái Đất sơ khai là một quả cầu magma nóng chảy. Quá trình này làm cho các vật chất nặng như sắt và niken chìm xuống tạo thành lõi, còn các vật chất nhẹ hơn nổi lên trên tạo thành lớp vỏ và lớp phủ.

ix. Hình thành khí quyển và đại dương:

Khí thải từ núi lửa và các hoạt động địa chất khác đã tạo ra bầu khí quyển sơ khai. Nước từ các thiên thạch và hoạt động núi lửa sau đó tích tụ thành đại dương.

Sự hình thành của Trái Đất là một quá trình lịch sử vô cùng phức tạp và diễn ra qua hàng tỷ năm. Dưới đây là một cái nhìn tổng quát về các giai đoạn quan trọng trong quá trình hình thành của Trái Đất.

Trái Đất được hình thành cùng với Hệ Mặt Trời và các hành tinh khác từ một đám mây khí và bụi gọi là Mây Molechular. Khoảng 4,6 tỷ năm trước, một phần của Mây Molechular này bắt đầu sụp đổ và xoắn lại với sự ảnh hưởng của sự hấp dẫn tự nhiên, tạo thành Hệ Mặt Trời.[22]

Trong giai đoạn này, khoảng 4,5 tỷ năm trước, các vật liệu từ Mây Molechular bắt đầu tụ lại để tạo ra Trái Đất và các hành tinh khác trong Hệ Mặt Trời. Trái Đất ở giai đoạn này chỉ là một khối đá khô cằn không có khí quyển hoặc nước.

Trong khoảng thời gian sau khi Trái Đất hình thành, hành tinh chịu sự tác động mạnh mẽ từ các thiên thạch và hành tinh nhỏ khác di chuyển trong không gian. Đây được gọi là Thời kỳ Bombardment Nắng Mặt Trời Sớm kéo dài khoảng từ 4,5 đến 3,8 tỷ năm trước.

Các hành tinh trong Hệ Mặt Trời, bao gồm cả Trái Đất, được hình thành từ các hạt bụi và vật liệu trong đĩa ánh sáng quay xung quanh Mặt Trời. Quá trình accretion tạo ra Trái Đất từ sự kết hợp của các hạt nhỏ.

Trong quá trình tách phân hóa, vật liệu trên Trái Đất được phân loại thành các lớp khác nhau dựa trên mức độ nhiệt độ. Kim loại như sắt và nickel tập trung ở trung tâm, trong khi các vật liệu nhẹ hơn như silic và alumini tập trung ở vỏ.

Trong giai đoạn sau, Trái Đất trải qua nhiều sự va chạm với các hành tinh và vật thể khác trong Hệ Mặt Trời, dẫn đến việc tạo ra bề mặt Trái Đất phân phối vật liệu thành hai loại chính: bột đá ở vỏ và bột kim loại ở nhân.

Tóm lại, sự hình thành của địa hình trên Trái Đất là kết quả của nhiều quá trình địa chất phức tạp diễn ra qua hàng triệu năm. Dưới đây là một số yếu tố quan trọng góp phần vào quá trình này.

Trái Đất là kết quả của quá trình bồi tụ vật chất, va chạm

22. Bật mí về hệ mặt trời có bao nhiêu hành tinh và những sự thật thú vị xung quanh.
https://fptshop.com.vn/tin-tuc/danh-gia/bat-mi-ve-he-mat-troi-co-bao-nhieu-hanh-tinh-167301

và sự phân chia của các vật chất trong tinh vân Mặt Trời, trải qua hàng tỷ năm để hình thành nên một hành tinh có cấu trúc và môi trường như ngày nay.

Theo kinh Lăng nghiêm, đệ tử của Đức Phật tên là Tôn giả A-na-luật-đà bị mù mắt, nhưng lại tu chứng được quả A-la-hán. Sau khi mở được thiên nhãn thì Ngài nhìn thấy cõi Diêm-phù-đề (*trái đất*) giống như trái Am-ma-la trong lòng bàn tay (*một loại trái cây, như trái xoài có hình bầu dục tại Ấn Độ*).

Câu-xá luận và Kinh Lăng Nghiêm mô tả vòng đất dựa theo vòng nước, vòng nước lại dựa theo vòng gió, vòng gió lại theo vòng không gian. Ở đây biểu thị địa cầu là hình tròn, trên bề mặt địa cầu đa phần là nước, phía ngoài nước là tầng khí quyển, ngoài lớp khí quyển là không gian.

2.4. HÌNH THÀNH ĐẠI DƯƠNG

Đại dương trên Trái Đất hình thành từ sự kết hợp của nhiều yếu tố, bao gồm khí thoát ra từ núi lửa, băng từ các sao chổi va chạm và sự tích tụ của nước từ các nguồn khác nhau. Khoảng 4 tỷ năm trước, khi Trái Đất còn non trẻ, các vụ phun trào núi lửa đã giải phóng lượng lớn hơi nước và các loại khí khác. Phần lớn nước này ngưng tụ thành mưa, tạo thành các đại dương sơ khai. Ngoài ra, các sao chổi và tiểu hành tinh chứa băng đã va chạm với Trái Đất trong quá trình hình thành, đóng góp thêm một lượng nước đáng kể. Quá trình này diễn ra trong hàng triệu năm, dần dần tạo nên các đại dương rộng lớn như ngày nay.

i. Khí thoát ra từ núi lửa:

Trong giai đoạn đầu của Trái Đất, các hoạt động núi lửa diễn ra mạnh mẽ. Magma nóng chảy giải phóng ra các loại khí, trong đó có hơi nước. Khi Trái Đất nguội dần, hơi nước này ngưng tụ thành mưa, tạo thành các hồ, sông và cuối cùng là các đại dương.

ii. Băng từ sao chổi và tiểu hành tinh:

Các sao chổi và tiểu hành tinh mang theo băng đã va chạm với Trái Đất trong suốt quá trình hình thành. Khi va chạm, băng tan chảy và giải phóng nước vào khí quyển và bề mặt Trái Đất, làm tăng thêm lượng nước cho các đại dương.

iii. Sự tích tụ:

Nước từ các nguồn trên tích tụ dần dần, tạo thành các đại dương lớn. Quá trình này diễn ra trong một thời gian dài, hàng triệu năm, và các đại dương vẫn tiếp tục thay đổi cho đến ngày nay.

iv. Độ mặn:

Nước biển có độ mặn do quá trình hòa tan các khoáng chất từ đất đá và các hoạt động địa chất khác. Muối và các khoáng chất khác được các con sông mang ra biển, làm cho nước biển có vị mặn.

v. Sự hình thành các đại dương:

Các đại dương trên Trái Đất, như Thái Bình Dương, Đại Tây Dương, Ấn Độ Dương, Bắc Băng Dương và Nam Đại Dương, được hình thành theo các giai đoạn khác nhau và có những đặc điểm riêng biệt.

Trong khoảng thời gian sau khi Trái Đất hình thành, nhiệt độ giảm dần và các hạt có thể nước bắt đầu tụ lại thành nước lỏng, tạo ra các đại dương. Nước này cũng kết hợp với các khí thải ra từ hoạt động núi lửa và các quá trình địa chất để tạo ra khí quyển.

Đại dương bao phủ tới hơn 70% bề mặt trái đất. Nhưng đến tận bây giờ, nơi đây còn ẩn chứa vô vàn những điều bí ẩn, kỳ thú. Đại dương là khu vực tạo nên phần lớn thủy quyển của một hành tinh. Trên Trái Đất, mỗi đại dương là một đại bộ phận quy ước của đại dương thế giới (*hay đại dương toàn cầu*). Theo thứ tự diện tích giảm dần, chúng gồm Thái Bình Dương, Đại Tây Dương, Ấn Độ Dương, Nam Đại Dương và Bắc Băng Dương.

Xét Trái Đất, nước mặn bao phủ một diện tích khoảng 360.000.000km² và thường được chia thành một số đại dương chính và những biển nhỏ hơn, trong đó đại dương chiếm khoảng 71% bề mặt và 90% sinh quyển. 97% lượng nước trên Trái Đất thuộc về đại dương và các nhà hải dương học đã phát biểu rằng hơn 95% đại dương thế giới chưa được khám phá. Tổng dung tích đại dương vào khoảng 1,35 tỷ km³ với độ sâu trung bình gần 3.700m (*12.100 ft*).[23]

Trong đại dương cung cấp châu ngọc, san hô, hổ phách, đá quý và đặc biệt các loài hải sản là thực phẩm cho loài người.

2.5. HÌNH THÀNH KHÍ QUYỂN

Khí quyển Trái Đất được hình thành từ quá trình thoát khí từ bên trong Trái Đất và sự thay đổi thành phần khí quyển theo thời gian. Ban đầu, khí quyển chủ yếu chứa hơi nước, amoniac, metan và các khí trơ. Dần dần, nhờ tác động của bức xạ mặt trời và các phản ứng hóa học, khí quyển đã biến đổi thành hỗn hợp khí như ngày nay, với thành phần chính là nitơ và oxy, cùng một lượng nhỏ các khí khác.

Cụ thể hơn, quá trình hình thành khí quyển diễn ra như sau:

i. Giai đoạn đầu:

Trái Đất còn rất nóng, các hoạt động núi lửa diễn ra mạnh mẽ. Quá trình này giải phóng ra một lượng lớn khí từ bên trong Trái Đất, bao gồm hơi nước, amoniac, metan và các khí khác.

23. Đại dương.
https://vi.wikipedia.org/wiki

ii. Sự phân hủy của hơi nước:

Dưới tác động của bức xạ mặt trời, hơi nước trong khí quyển bị phân hủy thành oxy và hydro. Hydro nhẹ hơn, có xu hướng bay vào không gian, còn oxy thì phản ứng với các khí khác, đặc biệt là amoniac và metan, tạo ra nitơ và carbon dioxide.

iii.Sự hình thành oxy:

Quá trình quang hợp của thực vật nguyên thủy đã tạo ra một lượng lớn oxy, đồng thời làm giảm nồng độ carbon dioxide trong khí quyển. Quá trình này đánh dấu một bước ngoặt quan trọng trong sự thay đổi thành phần khí quyển.

iv. Sự ổn định của khí quyển:

Sự phát triển của động thực vật, cùng với các hoạt động sống của vi sinh vật, đã làm tăng nồng độ nitơ trong khí quyển. Cuối cùng, khí quyển đã dần ổn định với thành phần chủ yếu là nitơ và oxy như hiện nay.

Ngoài ra, một số quan điểm cho rằng khí quyển ban đầu có thể được hình thành từ các vật chất giàu khí và nước, tương tự như sao chổi, có nguồn gốc từ không gian vũ trụ, theo Viện Hàn lâm Khoa học.[24]

Khí quyển là lớp vỏ ngoài của Trái Đất với ranh giới dưới là bề mặt thuỷ quyển, thạch quyển và ranh giới trên là khoảng không giữa các hành tinh. Khí quyển Trái Đất được hình thành do sự thoát hơi nước, các chất khí từ thuỷ quyển và thạch quyển.

Theo các nghiên cứu khoa học, trong thời kỳ đầu, khí quyển chủ yếu gồm hơi nước, amoniac, metan, các loại khí trơ và hydro. Dưới tác dụng phân huỷ của tia sáng mặt trời

24. Bầu khí quyển của chúng ta bắt nguồn từ không gian vũ trụ https://vast.gov.vn/tin-chi-tiet/-/chi-tiet/bau-khi-quyen-cua-chung-ta-bat-nguon-tu-khong-gian-vu-tru-2095-464.html

hơi nước bị phân hủy thành oxy và hydro. Oxy tạo ra tác động với amoniac và metan tạo ra khí nitơ và cacbonic. Quá trình tiếp diễn, một lượng hydro nhẹ mất vào khoảng không vũ trụ, khí quyển còn lại chủ yếu là hơi nước, nitơ, cacbonic, và oxy.[25]

Các hành tinh nhỏ va chạm với Trái Đất mang đến nước và các chất khí, góp phần vào việc hình thành biển và khí quyển trái đất. Sự hình thành của khí quyển đã bảo vệ Trái Đất khỏi các tác động tiêu cực của tia UV giúp duy trì nhiệt độ trung bình trên bề mặt.

25. Hình Thành Khí Quyển. https://kinhtemoitruong.vn/khi-quyen-tren-trai-dat-duoc-hinh-thanh-ra-sao-59998.html

Chương 3

HÌNH THÀNH SỰ SỐNG TRÊN TRÁI ĐẤT

-oOo-

3.1. Phát triển sự sống và sự đa dạng sinh học
3.2.Chu kỳ Xuân Hạ Thu Đông tiếp nối
3.3. Dòng năng lượng thay đổi tuần hoàn trong hệ sinh thái
3.4. Chu trình Carbon tuần hoàn của một hệ sinh thái trên cạn

-oOo-

Trong khoảng thời gian tiếp theo, các quá trình địa chất như tạo ra núi lửa, núi non, và địa chấn đã giúp tạo ra địa hình đa dạng trên Trái Đất. Đồng thời, sự sống cũng bắt đầu xuất hiện trên hành tinh, ban đầu là các vi sinh vật đơn giản, và sau đó là các loài phức tạp hơn.

3.1. PHÁT TRIỂN SỰ SỐNG VÀ SỰ ĐA DẠNG SINH HỌC

Trong hàng triệu năm tiếp theo, sự sống phát triển và đa dạng hóa trên Trái Đất. Các loài từ vi sinh vật cho đến động vật, thực vật đã xuất hiện và tiến hóa theo thời gian, tạo ra một hệ sinh thái phong phú. Đây là một hành trình dài, phức tạp, trải qua các giai đoạn chính: tiến hóa hóa học, tiến hóa tiền sinh học và tiến hóa sinh học.

3.1.1. TIẾN HÓA HÓA HỌC

i.Hình thành các hợp chất hữu cơ đơn giản:

Ban đầu, trong khí quyển nguyên thủy của Trái đất, các hợp chất vô cơ như amoniac, metan, nước và hydro, dưới tác dụng của năng lượng từ sét, tia cực tím và núi lửa, đã phản ứng với nhau để tạo thành các hợp chất hữu cơ đơn giản như amino acid, nucleotide.

ii.Tích tụ và tập trung các hợp chất hữu cơ:

Các hợp chất hữu cơ này sau đó được đưa vào các đại dương và tích tụ lại, tập trung ở những vùng nhất định.

3.1.2. TIẾN HÓA TIỀN SINH HỌC

i.Hình thành các cấu trúc tiền tế bào:

Các hợp chất hữu cơ tập trung trong môi trường nước dần tương tác với nhau, hình thành nên các cấu trúc tiền tế bào như các giọt coacervate hoặc các micelle. Đây là những cấu trúc có khả năng tự nhân đôi, trao đổi chất sơ khai và có tính chọn lọc.

ii.Xuất hiện các tế bào sơ khai:

Từ các cấu trúc tiền tế bào, các tế bào sơ khai (*protobiont*) có màng bao bọc, chứa vật chất di truyền và có khả năng trao đổi chất dần dần hình thành.

3.1.3. TIẾN HÓA SINH HỌC

i.Sự sống đơn bào đầu tiên:

Các tế bào sơ khai tiến hóa để trở thành các tế bào sống đầu tiên, có khả năng tự nhân đôi, trao đổi chất và thích nghi với môi trường.

ii.Sự đa dạng hóa và tiến hóa:

Các tế bào sống ban đầu này tiếp tục tiến hóa, đa dạng hóa thành nhiều loại khác nhau, từ vi khuẩn đơn bào đến các sinh vật đa bào phức tạp. Sự tiến hóa này diễn ra thông qua quá trình chọn lọc tự nhiên, các sinh vật có những đặc điểm thích nghi tốt hơn với môi trường sẽ sống sót và sinh sản, truyền lại những đặc điểm đó cho thế hệ sau.

3.1.4.CÁC MỐC THỜI GIAN QUAN TRỌNG:

- **4,5 tỷ năm trước:**

Trái đất được hình thành từ một đám mây bụi và khí quay quanh Mặt Trời.

- **3,8 tỷ năm trước:**

Bằng chứng địa hóa học cho thấy sự sống đã tồn tại trên Trái đất.

- **3,5 tỷ năm trước:**

Các hóa thạch vi khuẩn cổ nhất được tìm thấy.

- **540 triệu năm trước:**

Bùng nổ Cambrian, sự đa dạng hóa mạnh mẽ của các loài động vật có vỏ cứng.

- **Hiện nay:**

Sự sống tiếp tục tiến hóa, đa dạng và thích nghi với môi trường sống trên Trái đất.

Các giả thuyết về nguồn gốc sự sống:

- **Thí nghiệm Miller-Urey:** Thí nghiệm này mô phỏng điều kiện của Trái đất sơ khai và tạo ra các amino acid từ các hợp chất vô cơ.
- **Thuyết RNA thế giới:** RNA có thể là phân tử di truyền đầu tiên, trước cả DNA.
- **Nguồn gốc từ đáy biển:** Một số nhà khoa học cho rằng sự sống có thể bắt nguồn từ các hệ sinh thái thủy nhiệt ở đáy biển.

Như vậy, cách đây khoảng 4,7 tỷ năm trước, Trái đất hình thành là do hấp dẫn của hàng triệu khối đá lớn nhỏ bụi, và khí trên một dải vật chất có quỹ đạo quanh Mặt trời.

Trái đất chỉ là một hành tinh chết nóng rực, các kim loại nặng chìm dần vào trong và nóng chảy, đẩy các vật chất nhẹ lên trên và nguội dần. Trái đất lúc này có hình dạng là một quả cầu khổng lồ màu đen với những vết nứt sáng do phần vật chất nóng chảy bên trong. Chính các vết nứt này sẽ còn tiếp tục tồn tại hàng tỷ năm nữa, thường xuyên trở thành nhân tố quyết định cho sự tồn vong của sự sống trên hành tinh.

3,8 tỷ năm trước, Trái đất bước vào thời kỳ Archaean (*đại thái cổ*). Đây là giai đoạn giữa của thời kỳ tiền cambri. Từ các hợp chất hữu cơ đầu tiên mang đến từ các thiên thạch tấn công Trái đất, axit amin hình thành trong đại dương, các tế bào đơn giản nhất đầu tiên RNA (*Ribonucleic acid)*[26] được hình thành.

---

26. Quá trình hình thành và tiến hóa của sự sống trên Trái đất. https://khoahoc.tv/qua-trinh-hinh-thanh-va-tien-hoa-cua-su-song-tren-trai-dat-80614

Ngày nay chúng ta đã tìm thấy hóa thạch của những dạng sống đầu tiên có tuổi lớn nhất là 3,5 tỷ năm. Các tế bào đầu tiên từ ban đầu là dạng sống đơn bào, kết hợp dần thành các lớp dày hơn là các khối stromatolite, chúng là dạng sống đầu tiên xuất hiện quá trình quang hợp cung cấp oxy cho hành tinh chúng ta. Hợp chất glucose đơn giản đầu tiên (*đường*) cũng đã hình thành.

Khoảng 2,4–2,1 tỷ năm trước (sự kiện Great Oxidation Event), đại dương đã được bơm đầy oxy, sắt trong đại dương bị oxy hóa và chìm sâu xuống thành các quặng sắt, những công trình kiến trúc ngày nay chúng ta có, đã được làm từ thứ quặng 2,4 tỷ năm tuổi này.

2,5 tỷ năm trước, thời kỳ Proterozoic (*đại nguyên sinh*) bắt đầu. Đây là thời kỳ phát triển đầu tiên của các loài sinh vật sơ khai trên Trái đất, giai đoạn cuối của thời tiền Cambri. Các bằng chứng khoa học cho thấy các thực vật đa bào phức tạp đầu tiên, như rêu và các dạng thực vật có mạch ban đầu, xuất hiện muộn hơn nhiều, vào khoảng thời gian giữa kỷ Ordovic và kỷ Silur, khoảng 470-420 triệu năm trước. Đây là khoảng thời gian quan trọng đánh dấu sự tiến hóa của các thực vật đa bào phức tạp đầu tiên. Các nhà khoa học đã phát hiện bằng chứng về các hóa thạch của các dạng thực vật có mạch ban đầu, mở đường cho sự phát triển của thế giới thực vật trên đất liền.[27]

505 triệu năm trước, giai đoạn tiếp theo của sự phát triển động thực vật bắt đầu, đây là kỷ thứ 2 của Paleozoic, kỷ Ordovic (*Ordovician*).

27 Sinh vật đa bào xuất hiện sớm hơn 400 triệu năm so với mốc thời gian mà người ta vẫn nghĩ. Tin Khoa Học -Công Nghệ Quốc Tế https://vast.gov.vn/tin-chi-tiet/-/chi-tiet/sinh-vat-%C4%91a-bao-xuat-hien-som-hon-400-trieu-nam-so-voi-moc-thoi-gian-ma-nguoi-ta-van-nghi-4587-464.html

Kỷ Devon, 410 triệu năm trước, một loài cá tên là Tetrapods tiếp xúc với đất liền và dùng vây của nó để bò dần lên. Sau hàng triệu năm tiến hóa, chúng đã lên hẳn mặt đất, tiến hóa thành các động vật đầu tiên trên cạn, tiếp theo chúng là loài Ichthyostega.

Từ 360 triệu đến 286 triệu năm trước kỷ Carbon (*còn gọi là kỷ than*). Đây là thời kỳ 1 loạt cây cối chết đi và nằm lại trong lòng đất, kết thành các mỏ than đá ngày nay.

Các cây lớn chết đi tạo thành than đá, trong khi đó lại một thế hệ cũng không kém phần to lớn xuất hiện thay thế, đó là những cụm rêu cao tới 30m, những cây cỏ đuôi ngựa và dương xỉ cao trên 15m, chúng tràn ngập khắp lục địa Gondwana.

Từ 286 đến 248 triệu năm trước, Trái đất bước vào thời kỳ cuối cùng của đại cổ sinh Paleozoic, đó là kỷ Permy (*Permian*).

Cuộc đại tuyệt chủng này đánh dấu kết thúc kỷ Permi, chuyển sang thời kỳ tiếp theo gọi là Mesozoic (*đại trung sinh*).

248 triệu năm trước là khởi điểm của đại Mesozoic. Kỷ đầu tiên của Mesozoic là kỷ Trias (*một số tài liệu Việt Nam thường dịch là kỷ Tam Điệp*), nơi đánh dấu sự bắt đầu của cái mà người ta gọi là triều đại của khủng long.

145 triệu năm trước, Trái đất bước sang kỷ Creta (*một số tài liệu tiếng Việt thường gọi là kỷ Phấn Trắng*), đây là giai đoạn cuối trong triều đại của khủng long.

Khoảng 55 triệu năm trước vào cuối thời kỳ Palaeocene (*một bộ phận của Cenozoic*), động vật linh trưởng bắt đầu xuất hiện ở các vùng nhiệt đới và cận nhiệt đới với những đặc điểm linh hoạt hơn hẳn các loài khác cho phép chúng thích nghi với môi trường sống: bàn chân trước (*sau này là tay*) có 5 ngón với ngón cái đối diện với 4 ngón còn lại cho phép cầm nắm, chuyền cành; cổ linh hoạt cho phép quan sát từ nhiều hướng... Đó chính là tổ tiên đầu tiên của chúng ta ngày nay.

Những tổ tiên thật sự gần của loài người chỉ xuất hiện vào khoảng 3,7 triệu năm trước, đó là thời điểm xa nhất mà đến nay chúng ta có thể ghi lại được dấu chân của loài vượn người đã có thể đi bằng hai chân. Loài này có tên Australopithecus, phát triển trong các vùng rừng châu Phi.

Khi kỷ băng hà bước vào giai đoạn kết thúc khoảng 12.000 năm trước, con người mới thật sự bước vào thời đại của mình với những tổ chức xã hội từ nhỏ đến lớn, từ đơn giản đến phức tạp.

Trong quá trình hình thành sự sống trên Trái Đất, thiên nhiên đã tạo ra các loài sinh vật sơ khai, thực vật, cây cối, rêu cỏ, khủng long, loài vượn đi hai chân và cũng đã tạo ra các điều kiện lý tưởng cho sự sống, bao gồm có nước lỏng, khí quyển, hơi ấm mặt trời và nhiều yếu tố khác cần thiết. Sự kết hợp của những yếu tố này tạo ra một môi trường hỗ trợ sự sống và phát triển của nhiều loài trên trái đất.

Biển khơi và sự nở rộ của chúng có ảnh hưởng sâu rộng đến hình thành địa lý. Nước biển có thể làm sâu rộng thêm các thung lũng và sông ngòi, tạo ra các đầm phá và các bờ biển. Sự nở rộ của biển cũng có thể tạo ra các bãi biển, cồn cát và đầm phá.

Những yếu tố trên đây, kết hợp với nhau phối hợp theo thời gian, tạo ra các hình thái địa lý phong phú và đa dạng trên bề mặt của Trái Đất, tạo nên cảnh quan tự nhiên núi non, sông ngòi độc đáo và kỳ vĩ mà chúng ta thấy hôm nay.

Nước có vai trò quan trọng trong việc hình thành địa hình, tạo ra sông, hồ, biển và núi. Nước mưa, dòng sông và mực nước biển đều đóng vai trò quan trọng trong quá trình hình thành và biến đổi của môi trường tự nhiên.

Cả đất, nước, gió và lửa đều là những yếu tố không thể thiếu trong việc tạo ra thế giới, con người và vạn vật.

Các bằng chứng khoa học hiện có cho thấy sự sống đã trải qua một quá trình tiến hóa lâu dài và đa dạng từ những dạng sống đơn giản nhất đến các dạng sống phức tạp ngày nay. Quá trình hình thành sự sống của Trái Đất là một câu chuyện dài và phức tạp, với nhiều yếu tố tự nhiên và tiến trình tương tác đa dạng đã tạo ra hành tinh xanh chúng ta hiện nay.

3.2. CHU KỲ XUÂN HẠ THU ĐÔNG TIẾP NỐI

Trên Trái Đất, mùa vụ, thời tiết là ảnh hưởng của chu kỳ trái đất xoay tròn. Trái Đất quay quanh Mặt Trời theo quỹ đạo hình ellip rất gần hình tròn mà Mặt Trời nằm tại một tiêu điểm. Thời gian để Trái Đất thực hiện được một vòng quanh quỹ đạo của nó (*tức là trở về lại đúng vị trí cũ của nó so với Mặt Trời và các ngôi sao*) là 365,2564 ngày và được gọi là Năm Thiên Văn. Cận điểm quỹ đạo cách Mặt Trời 146,6 triệu km và viễn điểm cách 152,6 triệu km.

Sự thay đổi góc chiếu của ánh sáng Mặt Trời lên các bán cầu trong quá trình chuyển động này tạo ra các mùa khác nhau như sau:

i. Trục Trái Đất nghiêng:

Trục Trái Đất không thẳng đứng mà nghiêng một góc khoảng 23,5 độ so với mặt phẳng quỹ đạo quanh Mặt Trời. Các ngày Xuân phân (*Vernal Equinox 21/3*) và Thu Phân (*Autumnal Equinox 23/9*) là thời điểm Mặt Trời chiếu thẳng góc vào xích đạo. Ngày Hạ Chí (*Summer Solstice 21/6*) Mặt Trời chiếu thẳng góc vào chí tuyến Bắc (*Tropic of Cancer*) ở vĩ độ 23,4N. Ngày Đông Chí (*Winter Soltice 23/12*) Mặt Trời chiếu thẳng góc vào chí tuyến Nam (*Tropic of Capricorn*) 23,4S.[28]

---

28. Trái đất và những ngày đáng đặc biệt trong năm. https://fas.hcmute.edu.vn

ii. Chuyển động quanh Mặt Trời:

Trái Đất liên tục chuyển động quanh Mặt Trời theo một quỹ đạo hình elip. Do trục Trái Đất nghiêng, các bán cầu khác nhau của Trái Đất nhận được ánh sáng Mặt Trời với các góc chiếu khác nhau trong suốt quá trình chuyển động này.

iii. Sự thay đổi góc chiếu:

Khi một bán cầu nghiêng về phía Mặt Trời, nó sẽ nhận được nhiều ánh sáng hơn, dẫn đến mùa Hè. Đồng thời, bán cầu kia nghiêng ra xa Mặt Trời, nhận ít ánh sáng hơn, dẫn đến mùa Đông. Khi Trái Đất tiếp tục di chuyển, các bán cầu sẽ lần lượt nghiêng về phía ra xa Mặt Trời, tạo thành các mùa Xuân và Thu.

iv. Các mùa trong năm:

- **Mùa Xuân:**

Bắt đầu từ tiết Xuân phân (*khoảng ngày 21 tháng 3 ở Bắc bán cầu*) và kết thúc vào tiết Hạ chí (*khoảng ngày 21 tháng 6 ở Bắc bán cầu*). Đây là giai đoạn chuyển tiếp từ mùa Đông sang mùa Hè, thời tiết ấm dần lên, cây cối đâm chồi nảy lộc.

- **Mùa Hè:**

Bắt đầu từ tiết Hạ chí và kết thúc vào tiết Thu phân (*khoảng ngày 23 tháng 9 ở Bắc bán cầu*). Đây là thời kỳ có nhiệt độ cao nhất trong năm, ngày dài hơn đêm.

- **Mùa Thu:**

Bắt đầu từ tiết Thu phân và kết thúc vào tiết Đông chí (*khoảng ngày 21 tháng 12 ở Bắc bán cầu*). Thời tiết trở nên mát mẻ hơn, lá cây chuyển màu vàng, đỏ rồi rụng.

- **Mùa Đông:**

Bắt đầu từ tiết Đông chí và kết thúc vào tiết Xuân phân. Đây là thời kỳ có nhiệt độ thấp nhất trong năm, ngày ngắn hơn đêm, một số nơi có tuyết rơi.

Thời điểm bắt đầu và kết thúc các mùa có thể thay đổi một chút tùy thuộc vào từng khu vực trên Trái Đất và cách tính toán (*thiên văn học hoặc khí tượng học*).

Ở Việt Nam, do nằm ở vùng nhiệt đới, chúng ta có hai mùa chính là mùa mưa và mùa khô, với các mùa chuyển tiếp như Xuân và Thu. Miền Bắc Việt Nam có bốn mùa rõ rệt hơn, trong khi miền Nam có hai mùa chính là mùa mưa và mùa khô

Sự biến đổi giữa mùa Xuân, Hạ, Thu và Đông không chỉ tác động đến thời gian, thời tiết thay đổi mà còn định hình cuộc sống của vạn vật. Cây cỏ nảy mầm, hoa nở, loài động vật sinh sản, và rồi cây lá rụng và một chu kỳ mới lại bắt đầu.

Trong Kinh Khởi Thế Nhân Bổn (*Aggañña Sutta, Trường Bộ Kinh*),[29] Đức Phật đã chỉ ra chính xác nguyên nhân lý do mặt trăng khi mờ khi tỏ, khi tròn khi khuyết (*vào ngày 30 âm lịch thì mặt trăng tối nhất, gần nhất với nhật cung, được bao phủ bởi ánh mặt trời nên không hiện*):

"Này Vàsettha, lúc bấy giờ, vạn vật trở thành một thế giới toàn nước đen sẫm, một màu đen khiến mắt phải mù. Mặt trăng, mặt trời không hiện ra; sao và chòm sao không hiện ra; không có ngày đêm; không có tháng và nửa tháng; không có năm và thời tiết... Rồi các hữu tình kia bắt đầu thưởng thức vị của đất, bằng cách bẻ từng cục đất với bàn tay nhỏ của họ, thời ánh sáng của họ biến mất. Khi ánh sáng của họ biến mất, mặt trăng mặt trời hiện ra. Khi mặt trăng, mặt trời hiện ra, thì sao và chòm sao hiện ra. Khi sao và chòm sao hiện ra, ngày và đêm hiện ra, khi ngày và đêm hiện ra, thì nửa tháng và tháng hiện ra. Khi nửa tháng và tháng hiện ra, thời tiết và năm hiện ra. Như vậy, này Vàsettha, thế giới này bắt đầu thành trở lại."

---

29. Trường Bộ Kinh (*Digha Nikaya*), 27. Aggañña Sutta (Kinh Khởi thế nhân bổn) https://www.budsas.org/uni/u-kinh-truongbo/truong27.htm

3.3. DÒNG NĂNG LƯỢNG THAY ĐỔI TUẦN HOÀN TRONG HỆ SINH THÁI

Cuộc sống trên Trái Đất đươc đặc trưng bởi một chu kỳ sanh-trụ-dị-diệt liên tục tuần hoàn. Sự tích tụ và chuyển đổi của năng lượng tuần hoàn thể hiện trong chu kỳ tự nhiên của hệ sinh thái, mùa vụ, thời tiết, loài vật, sinh vật cây cỏ thảo mộc, và nhiều khía cạnh khác của đời sống.

Dòng năng lượng (*the energy flow*) là dòng năng lượng truyền qua các sinh vật sống trong hệ sinh thái. Mọi sinh vật sống đều tham gia ***chuỗi thức ăn***, theo vai trò trong chuỗi mà được phân loại thành sinh vật sản xuất, sinh vật tiêu thụ và sinh vật phân giải.[30]

Luân phiên của sự thay đổi xuất hiện trong chu kỳ thức ăn - chuỗi thức ăn và chu kỳ chuyển hóa. Các loài vật, súc vật, động vật và sinh vật cây cỏ thảo mộc cũng tích tụ năng lượng chuyển đổi giữa các cấp độ trophic (*cấp độ dinh dưỡng*).

Dòng năng lượng trong hệ sinh thái trên Trái đất bắt nguồn chủ yếu từ Mặt Trời, được các sinh vật sản xuất (*thực vật, tảo*) hấp thụ và chuyển hóa thành năng lượng hóa học thông qua quá trình quang hợp. Năng lượng này sau đó được truyền qua các bậc dinh dưỡng khác nhau (*sinh vật tiêu thụ, sinh vật phân giải*) và cuối cùng trở lại môi trường dưới dạng nhiệt.

i. Nguồn gốc năng lượng Mặt Trời:

Mặt Trời là nguồn cung cấp năng lượng chủ yếu cho sự sống trên Trái Đất.

ii. Sinh vật sản xuất:

Thực vật và một số sinh vật tự dưỡng khác sử dụng ánh sáng Mặt Trời để quang hợp, tạo ra năng lượng hóa học và tích lũy trong các hợp chất hữu cơ.

---

30. Dòng năng lượng (*sinh thái học*)
https://vi.wikipedia.org/wiki/

iii. Sinh vật tiêu thụ:

Động vật và các sinh vật dị dưỡng khác ăn các sinh vật sản xuất hoặc các sinh vật tiêu thụ khác để lấy năng lượng.

iv. Sinh vật phân giải:

Nấm, vi khuẩn và các sinh vật phân giải khác phân hủy các chất hữu cơ chết, trả lại các chất dinh dưỡng cho môi trường.

v. Thất thoát năng lượng:

Khi năng lượng truyền qua các bậc dinh dưỡng, một phần năng lượng bị thất thoát dưới dạng nhiệt, chủ yếu qua quá trình hô hấp và các hoạt động sống khác.

vi. Hiệu suất sinh thái:

Hiệu suất sinh thái là tỉ lệ phần trăm năng lượng được truyền từ bậc dinh dưỡng này sang bậc dinh dưỡng khác. Thường chỉ có khoảng 10% năng lượng được chuyển hóa lên bậc dinh dưỡng cao hơn.

vii. Dòng năng lượng:

Dòng năng lượng trong hệ sinh thái là dòng năng lượng một chiều, từ Mặt Trời qua các sinh vật sản xuất, rồi đến các sinh vật tiêu thụ, cuối cùng trở lại môi trường dưới dạng nhiệt.

viii.Vật chất:

Trong khi năng lượng truyền theo một chiều, vật chất trong hệ sinh thái được tuần hoàn và tái sử dụng.

Tóm lại, dòng năng lượng trong hệ sinh thái là một quá trình liên tục có quy luật, đảm bảo sự sống trên Trái Đất.

3.4. CHU TRÌNH CARBON TUẦN HOÀN CỦA MỘT HỆ SINH THÁI TRÊN CẠN

Chu trình carbon trong một hệ sinh thái trên cạn là quá

trình tuần hoàn liên tục của nguyên tố carbon giữa các thành phần sống và không sống của hệ sinh thái. Carbon được lưu trữ trong khí quyển, thực vật, động vật, đất và các vật chất hữu cơ khác.

Quá trình này diễn ra thông qua các hoạt động như quang hợp, hô hấp, phân hủy và đốt cháy nhiên liệu hóa thạch như sau:

i. Quang hợp:

Thực vật hấp thụ khí carbon dioxide ($CO2$) từ khí quyển sử dụng năng lượng mặt trời để chuyển hóa thành đường (*glucose*) cùng các hợp chất hữu cơ khác. Quá trình này giúp lưu trữ carbon trong sinh khối của thực vật.

ii. Tiêu hóa và hô hấp:

Động vật ăn thực vật và các động vật khác, sử dụng các hợp chất hữu cơ này để tạo ra năng lượng cho các hoạt động sống. Quá trình hô hấp của động vật và cả thực vật giải phóng CO2 trở lại khí quyển.

iii. Phân hủy:

Khi các sinh vật chết, xác của chúng bị phân hủy bởi vi khuẩn và nấm. Quá trình phân hủy này giải phóng carbon trở lại khí quyển dưới dạng CO2 hoặc các hợp chất khác.

iv. Đốt cháy nhiên liệu hóa thạch:

Việc đốt cháy nhiên liệu hóa thạch *(than, dầu, khí đốt)* từ các lớp trầm tích dưới lòng đất, thải ra một lượng lớn CO2 vào khí quyển, làm tăng nồng độ khí nhà kính.

v. Lưu trữ carbon:

Một phần carbon có thể bị giữ lại trong đất dưới dạng các hợp chất hữu cơ, trong các trầm tích hoặc các vật liệu khác.

Tầm quan trọng của chu trình carbon:

vi. Duy trì sự sống:

Carbon là nguyên tố cơ bản cấu tạo nên các hợp chất hữu cơ, là thành phần không thể thiếu của mọi sinh vật sống.

vii. Điều hòa khí hậu:

Chu trình carbon đóng vai trò quan trọng trong việc điều hòa khí hậu toàn cầu, vì carbon dioxide là một trong những khí nhà kính chính.

viii. Ổn định hệ sinh thái:

Sự cân bằng trong chu trình carbon đảm bảo sự ổn định và bền vững của các hệ sinh thái trên cạn.

Tóm lại, chu trình carbon là một quá trình tự nhiên thiết yếu, đảm bảo sự sống trên trái đất và điều hòa khí hậu. Tuy nhiên, các hoạt động của con người, đặc biệt là việc đốt cháy nhiên liệu hóa thạch, đang làm thay đổi chu trình này, gây ra các vấn đề môi trường nghiêm trọng.

Bắt đầu bằng quang hợp, nước (*màu xanh lam*) và carbon dioxide (*màu trắng*) từ không khí được hấp thụ bằng năng lượng mặt trời (*màu vàng*) và được chuyển hóa thành năng lượng thực vật (*màu xanh lá cây*). Carbon dioxide và nước có thể được tái chế trở lại thực vật.

Chương 4

SỰ HÌNH THÀNH VÀ TIẾN HÓA CỦA CON NGƯỜI

-oOo-

-oOo-

4.1. PHÁT HIỆN LOÀI NGƯỜI TIỀN SỬ MỚI

Việc phát hiện loài người tiền sử đã diễn ra qua nhiều giai đoạn và địa điểm khác nhau, mang lại những hiểu biết quan trọng về quá trình tiến hóa của loài người. Các hóa thạch và di chỉ khảo cổ đã hé lộ về các loài người khác nhau, bao gồm cả tổ tiên trực tiếp và các nhánh họ hàng của loài người hiện đại.

Loài Người chúng ta xưa kia không phải chỉ sống một mình. Thời đó có nhiều loài người. Khoảng 300.000 năm trước, loài người từng sống cùng với khoảng 8 loài khác mà đến nay đã tuyệt chủng.[31]

Nhà sinh vật học tiến hóa Nick Longrich của Trường đại học Bath, Anh, cho biết "Hiện nay chỉ còn một loài người đang sống, nhưng trong lịch sử thì không phải như vậy. Khi xưa chúng ta không phải là loài gì đặc biệt cả, nhưng ngày nay thì chỉ còn lại có mình chúng ta."[32]

Nghiên cứu hóa thạch xương và răng trong hang Callao, đảo Luzon, Philippines, các chuyên gia cho rằng chúng thuộc về một loài người thấp bé chưa rõ nguồn gốc. Loài người này được đặt tên là Homo luzonensis, sống cách đây 50.000 - 67.000 năm.

Xương người Homo luzonensis mang đặc điểm giải phẫu pha trộn giữa các loài người cổ đại và hiện đại. Một số ý kiến cho rằng Homo luzonensis là hậu duệ của Homo erectus, loài người chuyển từ châu Phi đến Đông Nam Á khoảng 1,8 triệu

---

31. Có bao nhiêu loài người tiền sử từng sống trên Trái Đất? https://dantri.com.vn/khoa-hoc/co-bao-nhieu-loai-nguoi-tien-su-tung-song-tren-trai-dat-20210125121450701.htm
Một nguồn tài liệu khác cho biết: Khoảng 300,000 năm trước, loài người "tiền sử"mới hình thành từ loài khỉ vượn, nên trí sáng chưa hiện, chưa thông minh lắm, cùng với 8 loài khác giống nhau đã tuyệt chủng, nhưng loài người hiện sử hiện nay trở nên thông minh sáng suốt hơn thì bắt đầu từ khoảng "15.000 - 20.000 năm trước (giữa và cuối kỷ băng hà….)"
Quá trình hình thành và tiến hóa của sự sống trên Trái đất. https://khoahoc.tv/qua-trinh-hinh-thanh-va-tien-hoa-cua-su-song-tren-trai-dat-80614

32. Có bao nhiêu loài người tiền sử từng sống trên Trái Đất? https://dantri.com.vn/khoa-hoc/co-bao-nhieu-loai-nguoi-tien-su-tung-song-tren-trai-dat-20210125121450701.htm

năm trước.[33] Phát hiện mới hé lộ thêm thông tin về sự tiến hóa của con người, đặc biệt là ở châu Á.

Sự tiến hóa của con người từ loài khi thành người có hai chân. Cơ cấu vật thể từ các vi tử li ti, các Kalāpa (*sắc, tế bào*) cực nhỏ tạo thành, toàn thể vũ trụ này tạo nên từ các Kalāpa cực nhỏ.

4.2. CON NGƯỜI HÌNH THÀNH

Con người hiện đại, hay Homo sapiens, tiến hóa từ các loài vượn người cổ đại ở Châu Phi, trải qua một quá trình tiến hóa kéo dài hàng triệu năm. Ban đầu, tổ tiên của chúng ta là các loài vượn, dần dần phát triển khả năng đi thẳng, sử dụng công cụ, và cuối cùng là hình thành các đặc điểm như ngôn ngữ và tư duy trừu tượng.

Dưới đây là quá trình tiến hóa chính của loài người:

i. Tổ tiên vượn người:

Các loài vượn cổ đại, như Australopithecus, là những sinh vật đầu tiên đi thẳng và bắt đầu sử dụng công cụ.

ii. Sự xuất hiện của Homo:

Nhóm Homo, bao gồm Homo habilis (*Người Khéo léo*) và Homo erectus (*Người Đứng thẳng*), đã tiến hóa từ Australopithecus và phát triển khả năng sử dụng lửa, chế tạo công cụ phức tạp hơn.

iii. Sự xuất hiện của Homo sapiens:

Khoảng 300.000 năm trước, ở Châu Phi, Homo sapiens (*Người Tinh khôn*) xuất hiện, với các đặc điểm giải phẫu

33. Những phát hiện khảo cổ nổi bật trên thế giới năm 2019 https://nghiencuulichsu.com/2020/01/02/nhung-phat-hien-khao-co-noi-bat-tren-the-gioi-nam-2019/

tương đồng với con người hiện đại.

vi. Di cư và thay thế:

Homo sapiens bắt đầu di cư ra khỏi Châu Phi, thay thế các quần thể người cổ xưa khác trên khắp thế giới.

Quá trình này không phải là một sự thay đổi đột ngột, mà là một quá trình tiến hóa liên tục, với nhiều giai đoạn chuyển tiếp và sự thay đổi từ từ trong hình thái, hành vi, và khả năng của con người.

Theo Khoa Sản cho rằng "Quá trình thụ thai chỉ có thể được xảy ra khi có đủ hai yếu tố quan trọng là tinh trùng (*người nam*) và trứng (*người nữ*)"[34] nghĩa là sau mỗi chu kỳ kinh nguyệt, buồng trứng của phụ nữ sẽ rụng 1 – 3 quả trứng. Trứng đi qua ống dẫn trứng (*dài khoảng 10cm*) để đến tử cung và tồn tại của trứng là 24 giờ sau khi rụng. Nếu nam nữ giao hợp trong khoảng thời gian này thì người nữ mới có thể mang thai.

Phật giáo cho rằng ngoài hai thành tố tinh cha và huyết mẹ này còn có một thành tố thứ ba nữa là thức tái sinh (*patisandhivinnâna*) xuất hiện vào lúc thụ thai. Thần thức vô hình sẽ hướng về cha mẹ mà thần thức sẽ có duyên nương tựa trong kiếp này. Thần thức sẽ quẩn quanh gần đó sẽ khởi lòng hoan hỉ khi thấy cha mẹ giao hợp tức là gá vào cả hai chất tinh cha và huyết mẹ để thành thai, nghĩa là khi những điều kiện di truyền được thể hiện trong hoàn cảnh thuận tiện, một hình thức tâm vật lý xâm nhập vào, và giúp cho sự sống tương tục của một hữu thể người, như Đức Phật đã dạy:

'*Này các Tỳ-kheo, nơi nào có ba thành tố ấy* (*tinh cha, huyết mẹ và thần thức*) *hợp lại thì tại nơi đó một mầm sống được gieo.*'

34. Quá trình thụ thai diễn ra như thế nào và trong bao lâu? https://www.vinmec.com/vie/bai-viet/qua-trinh-thu-thai-dien-ra-nhu-nao-va-trong-bao-lau-vi

- Này A-nan, nếu cái thức này không giáng nhập vào bụng người mẹ thì tâm và thân có hình thành trong bụng người mẹ không?

- Bạch Thế Tôn, không.

- Này A-nan, nếu thức ấy, sau khi đã giáng nhập vào bụng người mẹ mà lại bỏ chỗ này đi thì tâm và thức có tạo thành cái này hay cái nọ không?

- Bạch Thế Tôn, không.

- Này A-nan, còn nếu cái thức này đang ở trong một bé trai hay một bé gái khi mà các em này còn nhỏ, lại biến mất đi thì tâm và thân có tăng trưởng, phát triển và lớn lên không?

- Bạch Thế Tôn, không.[35]

Như thế, yếu tố tâm vật lý ở trạng thái năng lực, kết quả của những hành động trong các đời trước (*karma*) (*như do giữ năm giới, được tái sanh làm người*) và thể hiện vào lúc hình thành một đời sống mới.

Thức tái sinh này được xem như chủng tử (*bija*) ái nhiễm phối hợp với sức mạnh của hành động (*karma-nghiệp lực*) hoan hỉ và khát ái (*tanha*), nhất là hữu ái (*bhavatanha - khao khát được hiện hữu*) làm sinh khởi sự sống mới của các chúng sinh. Sau khi đã an lập trong bào thai của người mẹ, thức tái sinh phối hợp với sức sống, hơi ấm của chính người mẹ, để đạt được và duy trì các chức năng của sự sống trong cõi dục giới thuộc về ái nhiễm, cho đến khi chào đời như Kinh Tăng Chi bộ mô tả:

'*Này A-nan, hành động là ruộng, thức là hạt giống (chủng tử) và khát ái là sự ẩm ướt. Các chúng sinh bị vô minh kìm giữ, bị khát ái trói buộc, các tâm thức bị tê cóng trong các cảnh*

35. Trường A Hàm (*Dìghàgama*), tập ii, trang 63. https://www.budsas.org/uni/u-kinh-ahamtruong/truongaham-idx.htm

giới thấp (*dục giới*).'[36]

Hành động là ruộng tức khởi hoan hỉ với việc nam nữ xúc chạm giao hợp; ba hơi nóng (*cha, mẹ, thức sanh thân*) nhập với nhau thành một điểm hồ đặc trong tử cung. Thức là tinh thần. Tinh cha, huyết mẹ là vật chất. Bấy giờ trong bào thai có ba yếu tố:

1. Mạng sống có kỳ hạn của thai sinh
2. Hơi ấm của ba lửa (*cha, mẹ và thần thức lẫn giữa khối tinh huyết ấy gọi là nhất điểm chơn dương*)
3. Thức: tánh biết, tánh Phật mà khi cột vào thai nhi, thân người thì gọi là thức A-lại-da. Khi đầu thai thì thức này sanh trước, rồi từ từ khi sáu căn tiếp xúc sáu trần này thì bảy thức (*nhãn thức, nhĩ thức, tỵ thức, thiệt thức, thân thức,ý thức, và mạt na thức*) xuất hiện.

Nói về tiến trình sanh lão bịnh tử của một thân người, trong kinh Nhân Duyên, Đức Phật dạy vẽ hình tượng trưng cho mười hai khoen của lý Duyên Khởi[37] mà chúng ta đã vô minh tạo tham, sân, si; chính nhân này đã tạo hoặc-nghiệp-khổ đưa đẩy và tái sanh mãi trong vòng luân hồi như sau:

1. Vô minh: hình vẽ bà cụ già gù chống gậy đi trong rừng xương sọ là vô minh (*từ vô thủy chúng ta sống trong sự dại dột, không giác tỉnh*).
2. Hành: là một người đang nặn đất sét (*cuộc đời do*

36. Tăng Chi Bộ Kinh (*Anguttara Nikàya*), tập iii, Hòa thượng Thích Minh Châu dịch Việt, trang 76.
https://www.budsas.org/uni/u-kinh-tangchibo/tangchi00.htm

37. 12 vòng (*khoen*) nhân duyên là: 1. Vô minh, 2. Hành, 3. Thức, 4. Danh sắc, 5. Lục nhập, 6. Xúc, 7. Thọ, 8. Ái, 9. Thủ, 10. Hữ, 11. Sanh, 12. Lão tử.
Mời xem cuốn Vòng Luân Hồi, Thích Nữ Giới Hương. NXB Phương Đông. 2018.
https://www.huongsentemple.com/index.php/vn/kinh-sach/tu-sach-bao-anh-lac/1900-vong-luan-hoi-thich-nu-gioi-huong

chính hành động của mình tạo ra, Tương lai tốt xấu do mình, như người nắn đất sét ra hình tròn hay vuông là do mình).

3. Thức là vẽ hình con khỉ chạy nhảy suốt ngày chuyền cành (*tâm thức chúng ta vọng tưởng liên tục*).
4. Danh sắc là anh chèo đò, trên đò có bốn thùng: đất, nước gió lửa kết thành thân, nên có thịt da *'đất'*, máu mũ *'nước'*, hơi thở *'gió'*, nhiệt nóng *'lửa'* trong người và anh *chèo đò là tâm thức chèo cái thân đất nước gió lửa này*.
5. Lục nhập là căn nhà có sáu cửa (*căn nhà là thành thân hữu sanh có sáu cổng để nhìn ra ngoài là mắt, tai, mũi, lưỡi, thân và ý*).
6. Xúc là vẽ hình nam nữ ôm nhau giữa công viên (*ái nhiễm xúc chạm giữa nam nữ là bể khổ luân hồi, khiến tái sanh mãi mãi*).
7. Thọ là hình ảnh người bị mũi tên cắm vào mắt, nhưng người ấy cứ lấy tay ấn mũi tên vào mắt cho chảy máu càng nhiều (*ý nói tham thích lãnh thọ, không biết càng thọ nhiều càng khổ*)
8. Ái là vẽ hình người say rượu, trên bàn là các chai rượu, ghiện rượu không bỏ được (*như khát khao thọ cảm ái dục vẫn vô tận trong cõi dục giới*).
9. Thủ: là vẽ một người vươn lên hái trái (*thủ là chấp chặt* 'attachment'*, nghĩ mình là thật, cuộc đời là thật, định kiến, chấp thủ, không biết buông xả để tìm niềm vui thanh thoát*)
10. Hữu là vẽ hình người phụ nữ mang bầu (*có thai tức có nhân tái sanh trong cuộc đời*)
11. Sanh là thần thức sau khi hoan hỉ với tinh cha, huyết mẹ, thì cha, mẹ và thần thức lẫn giữa khối tinh huyết ấy gọi là nhất điểm chơn dương. Sau chín tháng mười

ngày thai nhi đã ra đời

12. Lão bịnh tử: Có sanh thì có bịnh hoạn đau yếu, có già lão tóc bạc da nhăn và cuối cùng xuôi tay, tắt thở chết, vĩnh biệt xác thân này.

Khoen vô minh (*khoen đầu tiên*), ái (*khoen số tám*) và thủ (*khoen số chín*) là nguyên nhân dẫn chúng sinh đi tái sanh và già chết, sầu bi khổ ưu não có mặt theo tiếp.

Thức (*khoen số ba*) sẽ gắn chặt với *"danh sắc"* tạo thành một chúng sinh có đầy đủ tâm vật lý xuất hiện ở đời, tức lúc đó có sáu căn (*mắt, tai, mũi, lưỡi, thân và ý*) để tiếp xúc với sáu trần (*sắc, thanh, hương, vị, xúc, pháp*). Về yếu tố "hữu" cái đang trở thành sẽ sanh, già, chết tiếp tục có mặt.

Theo Phật giáo, sinh được định nghĩa là sự sản xuất, kết quả, sự sinh khởi của một hình thức mới. Nếu sinh là sự kết hợp của năm yếu tố (*sắc, thọ, tưởng, hành và thức*), thì cái chết là sự tan rã, sự phá vỡ của kết hợp này như kinh Chánh Kiến (*Sammādiṭṭhi*) thuộc Trung Bộ Kinh (*Majjhima Nikāya*), định nghĩa sinh là:

"*Thuộc bất kỳ hữu tình giới nào trong từng mỗi loại hữu tình, sự sanh, hiện khởi, xuất hiện, hiện diện, hiện hành các uẩn, tụ đắc các xứ; Chư Hiền, như vậy gọi là sanh.*"

4.3. CÁC NGUYÊN TỐ CẤU THÀNH CON NGƯỜI

4.3.a. CÁC NGUYÊN TỐ CẤU THÀNH CON NGƯỜI THEO KHOA HỌC

Cơ thể con người được tạo thành từ nhiều chất khác nhau, nhưng chủ yếu là sáu nguyên tố chính: oxy, carbon, hydro, nitơ, canxi và photpho. Ngoài ra, còn có các nguyên tố phụ và nguyên tố vi lượng, tất cả đều đóng vai trò quan trọng trong hoạt động của cơ thể.

CÁC NGUYÊN TỐ CHÍNH (*chiếm phần lớn khối lượng cơ thể*)

i. **Oxy:** Chiếm khoảng 65% khối lượng cơ thể, tham gia vào nhiều quá trình sinh hóa, đặc biệt là hô hấp tế bào.

ii. **Carbon:** Chiếm khoảng 18% khối lượng cơ thể, là nguyên tố nền tảng của các hợp chất hữu cơ, bao gồm protein, carbohydrate, lipid và axit nucleic.

iii. **Hydro:** Chiếm khoảng 10% khối lượng cơ thể, là một thành phần quan trọng của nước và các hợp chất hữu cơ.

iv. **Nitơ:** Chiếm khoảng 3% khối lượng cơ thể, là thành phần cấu tạo của protein và axit nucleic.

v. **Canxi:** Chiếm khoảng 1,5% khối lượng cơ thể, chủ yếu tập trung ở xương và răng, tham gia vào nhiều chức năng sinh lý.

vi. Chiếm khoảng 1% khối lượng cơ thể, là thành phần cấu tạo của xương, răng, và các phân tử quan trọng như ATP.

CÁC NGUYÊN TỐ PHỤ (*chiếm khoảng 0,85% khối lượng cơ thể*):

i. **Kali:** Tham gia vào việc duy trì cân bằng điện giải, co cơ và dẫn truyền thần kinh.

ii. **Lưu huỳnh:** Thành phần của một số axit amin và protein.

iii. **Natri:** Điều hòa cân bằng nước và điện giải, co cơ và dẫn truyền thần kinh.

iv. **Clo:** Tham gia vào quá trình tiêu hóa và cân bằng điện giải.

v. **Magiê:** Tham gia vào hơn 300 phản ứng enzyme, cần

thiết cho chức năng cơ và thần kinh.

CÁC NGUYÊN TỐ VI LƯỢNG (*chiếm dưới 0,15% khối lượng cơ thể*):

Hơn 12 nguyên tố vi lượng, như sắt, kẽm, đồng, mangan, iốt, v.v.,. cần thiết cho sự sống và tham gia vào nhiều quá trình sinh học.

Tất cả các nguyên tố này, dù với số lượng lớn hay nhỏ, đều đóng vai trò quan trọng trong việc duy trì cấu trúc và chức năng của cơ thể.

Darwin cho rằng sự tiến hóa làm căn bản cho sự cấu tạo và hình thành con người như sau: " Con người là dòng dõi của loài vật, loài hầu nhân...Các chủng loại thảo mộc và động vật cũng đã phát triển từ từ theo luật tiến hóa. Các hình thể khác nhau, đều do ở các hình thể có trước, đã biến đổi theo thời gian và các chủng loại thảo mộc hay động vật, đều có những mối liên lạc về dòng dõi với nhau."[38]

Giáo sư Trịnh Xuân Thuận[39] là tác giả nhiều cuốn sách được phổ biến rất rộng khắp thế giới về đề tài vũ trụ học, đã chia sẻ về cách cấu tạo nên cơ thể con người giống các vì sao rằng "Vũ trụ Vật lý học hiện đại (*Astrophysics*) cho thấy là tất cả chúng ta chỉ là những hạt bụi của các vì sao; chúng ta có cùng một lịch sử trong vũ trụ giống như các loài hoa cỏ, các sinh vật khác. Trong thời gian và không gian, tất cả chúng ta tương lập với nhau. Thông điệp chính yếu của khoa học, đặc biệt của cơ học lượng tử, là có một thực tại sâu xa hơn những gì mà giác quan của chúng ta nhận thấy, một thực tại ẩn tàng."

---

38. Sự Cấu Tạo Con Người.
https://thuvienhoasen.org/a6224/ii-su-cau-tao-con-nguoi

39. Trịnh Xuân Thuận, Tương Đồng Giữa Khoa Học Và Phật Giáo.

Ông Trịnh Xuân Thuận nhắc rằng tất cả vật chất như trong chính cơ thể chúng ta đều bắt đầu được tạo nên từ khi các vì sao phát sinh trong vũ trụ. Từ gần 4 tỷ năm trước, những hạt bụi tinh cầu đó đã biến chuyển tạo ra những nguyên tố đầu tiên của sự sống, rồi tiến hóa dần đến loài người. Tổ tiên của tất cả chúng ta và các sinh vật khác là các vì sao; lịch sử vũ trụ cũng chính là tiểu sử của chúng ta. Tất cả bắt đầu trước đây 14 tỷ năm, dần dần đưa tới sự xuất hiện của loài người và ý thức. Tìm hiểu vũ trụ chính là đi tìm lại gia phả của chúng ta; quán sát các thiên hà cũng là nhìn vào chính bản thân mình.

Chúng ta có thể quan sát được hàng trăm tỷ thiên hà như giải Ngân Hà, mỗi thiên hà chứa hàng trăm tỷ các vì sao giống như mặt trời. Nếu mỗi vì sao đó có chừng mươi hành tinh giống như trái đất; thì chúng ta thấy ngay là không thể nghĩ rằng trái đất nơi ta sống là hành tinh duy nhất có sự sống. Chắc phải có cuộc sống với trí thông minh ở ngoài trái đất, họ cũng đang quán sát vũ trụ như chúng ta. Đây là những điều đáng cho chúng ta suy nghĩ về nguồn gốc của loài người.

4.3.b. CÁC NGUYÊN TỐ CẤU THÀNH CON NGƯỜI THEO PHẬT GIÁO

Theo đạo Phật, đất nước gió lửa là chất cấu tạo thành cơ thể con người. Đất có tính rắn đặc, nước có tính kết dính uyển chuyển, lửa có tính năng lực, và gió có tính năng động. Đây là bốn thành phần chính cấu thành toàn thể vũ trụ vật chất bên ngoài (*thế giới, hành tinh...*) và tiểu thế giới (con người) như Kinh Trường A Hàm nói: "*Đây là thân của ta, nó có một hình dáng do bốn chất: đất, nước, gió, lửa, tạo thành. Thân này do cha mẹ sinh ra. Nó được người nuôi dưỡng bằng sữa, bằng cơm và phải bị rã rời tiêu hoại. Còn đây là tâm của ta.*

---

https://thuvienhoasen.org/a15729/tuong-dong-giua-khoa-hoc-va-phat-giao-theo-nha-vat-ly-thien-van-trinh-xuan-thuan

Tâm này nương nơi xác thân tứ đại và phải chịu một số phận như nó."[40]

Chất đặc là nguyên tố đất, chất lỏng là nguyên tố nước, chất hơi (*không khí*) là nguyên tố gió và nhiệt độ là nguyên tố lửa.

Cơ thể con người hay loài vật như xương, thịt, gân...là nguyên tố đất, máu, nước miếng, nước mũi, nước tiểu... là nguyên tố nước, hơi thở... là nguyên tố gió và nhiệt độ nóng là nguyên tố lửa.

Trong kinh Tứ Niệm Xứ, phần quán Thân trên Thân, Đức Phật dạy pháp quán 32 thể trược cấu tạo thành thân thể[41] như sau:

"Này các tỷ kheo, ai thưởng thức thân hành niệm người ấy nếm vị bất tử, ai không thưởng thức thân hành niệm người ấy không được nếm vị bất tử".

Thân hành niệm (*kàya-gata-sati*): niệm ấy đi đến (*gata*) cái thân vật chất (*kàya*) được phân tích thành tóc, lông, móng v.v... hoặc niệm đi vào trong thân, nên gọi là thân hành niệm. Đây là danh từ để chỉ niệm có đối tượng là tướng của những phần thân gồm có tóc, lông, móng, răng, da v.v. (*32 uế vật*)...

Những gì ở đây muốn nói về thân hành niệm, chính là 32 uế vật. Đề mục này được gọi là sự hướng tâm đến vẻ gớm ghiếc của thân thể như sau: "Lại nữa, này các tỷ kheo, một vị tỷ kheo quán sát thân này, từ dưới bàn chân trở lên cho đến đỉnh tóc, bao bọc bởi da và chứa đầy những vật bất tịnh sai biệt. Trong thân này, đây là:

---

40. Sự Cấu Tạo Con Người.
https://thuvienhoasen.org/a6224/ii-su-cau-tao-con-nguoi

41. Trung Bộ Kinh, Majjhima Nikaya, 10. Kinh Niệm xứ (*Satipatthàna sutta*).
https://www.budsas.org/uni/u-kinh-trungbo/trung10.htm
https://theravada.vn/quan-niem-32-the-truoc/

Có 20 Yếu Tố Địa Giới (*đất*):

① tóc, ② lông, ③ móng, ④ răng, ⑤ da,

⑥ thịt, ⑦ gân, ⑧ xương, ⑨ tuỷ, [⑩ não]

⑪ thận, ⑫ tim, ⑬ gan, ⑭ hoành cách mô, ⑮ lá lách,

⑯ phổi, ⑰ ruột, ⑱ màng ruột, ⑲ bao tử ⑳ phân,

Có 12 Yếu Tố Thủy Giới (*nước*):

(*21*) mật, (*22*) đàm, (*23*) mủ, (*24*) máu, (*25*) mồ hôi, (*26*) mỡ, (*27*) nước mắt, (*28*) mỡ da, (*29*) nước miếng, (*30*) nước mũi, (*31*) nước ở khớp xương, (*32*) nước tiểu."[42]

Hệ thống Khí[43] của Mật tông Tây Tạng đã mô tả 72.000 mạng lưới luân xa vi tế ẩn tàng trong 32 phần cơ thể để cấu tạo nên thân thể con người như sau:

"Thân người được các bậc Thầy ví như một đô thị, các kinh mạch giống như đường xá, gió (*khí*) như ngựa, tâm như người cỡi. Có 72.000 kinh mạch vi tế trong thân thể, nhưng có ba kinh mạch chính: Trung ương, chạy dọc cột sống , và trái phải có hai kinh chạy hai bên kinh trung ương. Hai kinh mạch phải, trái cuộn quanh kinh mạch giữa tại một số điểm để làm thành một dãy "gút". Dọc theo kinh mạch chính có một số "luân xa", trung tâm năng lượng, từ đây những kinh mạch phân ra như những gọng dù.

Qua những kinh mạch ấy "khí" tuôn chảy, còn gọi là nội

42. Trung Bộ Kinh, Majjhima Nikaya, 10. Kinh Niệm xứ (*Satipatthàna sutta*). https://www.budsas.org/uni/u-kinh-trungbo/trung10.htm https://theravada.vn/quan-niem-32-the-truoc/

43. Tử thư Tây Tạng của Sogyal Riponche, tập 2, TN Trí hải dịch, trang161. https://hoavouu.com/images/file/Uqh982Ax0QgQAKRR/tang-thu-song-chet-ns-tri-hai-dich.pdf

khí. Có năm khí gốc và năm khí ngành ngọn. Mỗi khí gốc nâng đỡ một đại chủng và chịu trách nhiệm về một vận hành của cơ thể con người. Những khí ngành ngọn giúp cho các giác quan hoạt động. Những khí nào chạy qua tất cả các kinh mạch ngoại trừ kinh mạch giữa, thì được gọi là bất tịnh, vì gợi lên những mẫu tư duy nhị nguyên, tiêu cực. Những khí ở huyệt đạo trung ương gọi là "khí của trí tuệ. Tinh chất chứa đựng trong các huyệt đạo. Có tinh đỏ và tinh trắng. Chỗ chứa chính thức của tinh trắng là cái đỉnh đầu, và tinh đỏ ở nơi lỗ rốn."

72.000 kinh mạch này chạy trong cơ thể có tổ chức, lớp lang. Mỗi kinh mạch có một vai trò điều giữ khí, huyết, mạch khiến con người sống được như kinh mạch vận hành một tiểu thế giới.

Trong nhiều Kinh A-hàm, Đức Phật cũng chỉ ra con người là một tập hợp của bộ tám "nguyên tử". Một tập hợp của bộ tám "nguyên tử" căn bản: đất, nước, lửa, và gió; tạo thành tứ đại và sắc, hương, vị, và xúc được gọi là bốn uẩn.

Trong Phật giáo, "Tứ đại" (*đất, nước, lửa, gió*) là bốn yếu tố vật chất cơ bản cấu thành nên mọi sự vật hiện tượng trong thế giới vật chất. Bên cạnh đó, "Ngũ uẩn" (*sắc, thọ, tưởng, hành, thức*) là năm yếu tố tinh thần và vật chất cấu thành nên một con người.

Tứ đại (*bốn yếu tố vật chất*):

- **Đất:** Đại diện cho tính chất rắn, bền vững.
- **Nước:** Đại diện cho tính chất lỏng, kết dính.
- **Lửa:** Đại diện cho tính chất nóng, năng lượng.
- **Gió:** Đại diện cho tính chất chuyển động, sự lưu thông.

Ngũ uẩn (*năm yếu tố cấu thành con người*):

- **Sắc:** Đại diện cho hình tướng, vật chất, bao gồm cả Tứ đại.

- **Thọ:** Cảm giác, cảm xúc.
- **Tưởng:** Khả năng nhận biết, tri giác.
- **Hành:** Ý chí, hoạt động tinh thần.
- **Thức:** Nhận thức, ý thức.

Dựa trên cơ sở của sự kết hợp các "nguyên tử" thành phần, mà sự tồn tại của các đối thể trong thế giới và con người được giải thích.

4.4. NGỌN LỬA LÀ NGUỒN SÁNG VÀ NHIỆT NĂNG

Ngọn lửa là một nguồn sáng và nhiệt năng từ tự nhiên. Khi chất cháy tác dụng với oxy và có nhiệt độ đủ cao, nó sẽ tạo ra phản ứng hóa học cháy, sinh ra ánh sáng và nhiệt. Sức nóng từ ngọn lửa đã giúp cho con người không chỉ duy trì cân bằng nhiệt lượng mạng căn con người và sinh vật mà còn phát triển nền văn minh nhân loại.

i. **Nguồn sáng:** Ngọn lửa phát ra ánh sáng có thể nhìn thấy được, đó là một dạng của năng lượng điện từ. Ánh sáng này có thể có nhiều màu sắc khác nhau, tùy thuộc vào nhiệt độ và loại chất cháy.

ii. **Nguồn nhiệt:** Ngọn lửa cũng là một nguồn nhiệt, cung cấp năng lượng nhiệt cho môi trường xung quanh. Nhiệt độ của ngọn lửa có thể rất cao, đủ để làm nóng chảy nhiều loại vật liệu.

iii. **Phản ứng hóa học:** Ngọn lửa là kết quả của một phản ứng hóa học, cụ thể là phản ứng oxy hóa, giữa chất cháy và oxy.

iv. **Yếu tố cần thiết:** Để có lửa, cần ba yếu tố: chất cháy, oxy và nguồn nhiệt.

v. **Phân loại nguồn sáng:** Ngọn lửa được xếp vào loại nguồn sáng tự nhiên, cùng với mặt trời và các ngôi sao.

Ngọn lửa đã đóng một vai trò quan trọng trong việc nấu nướng, giúp cho con người chế biến thức ăn và tạo ra các món ăn ngon.

Trong nhiều văn hóa, ngọn lửa thường được xem như biểu tượng của sức mạnh, năng lượng, và sự sáng tạo. Lửa cũng thể hiện lòng dũng cảm, đam mê, và ý chí của con người nên hay được dùng làm biểu tượng Khai Đèn Tuệ ở nhiều lễ hội giáo dục, thể thao, du lịch, thương mại và nghi lễ tôn giáo.

4.5. NƯỚC LÀ NGUỒN SỐNG

Nước là nguồn sống quan trọng nhất. Mọi sinh linh trong hệ sinh thái đều cần nước để sống và phát triển. Đất đai, cây cỏ, động vật và con người đều phụ thuộc vào nước.

Nước thường được xem như biểu tượng của sự tinh khiết, linh hoạt và uyển chuyển (*lèo lách rạch, suối, sông để ra biển*). Trong nền văn hóa và tâm linh, nước thường đại diện cho sự trong sáng và tinh khôi.

Nước có thể là biểu tượng của tình yêu và hòa bình. Sự chảy nhẹ nhàng của nước có thể tượng trưng cho lòng nhân ái và sự hòa mình vào tự nhiên.

Nước có khả năng điều hoà nhiệt độ và giữ cho môi trường xung quanh mát mẻ. Sự chảy và trạng thái lỏng của nước giúp duy trì sự đa dạng sinh học và khí hậu trên Trái Đất.

Câu "Nước là nguồn sống" nhấn mạnh tầm quan trọng thiết yếu của nước đối với sự tồn tại và phát triển của mọi sinh vật, bao gồm cả con người, động thực vật và vi sinh vật. Nước tham gia vào mọi hoạt động sống, từ duy trì sự sống cơ bản đến các hoạt động phức tạp hơn như sản xuất, sinh hoạt và điều hòa khí hậu.

Dưới đây là những vai trò quan trọng của nước:

4.5.a. ĐỐI VỚI CON NGƯỜI

i. **Nguồn cung cấp chất dinh dưỡng và thải độc:**

   Nước giúp vận chuyển chất dinh dưỡng đến các tế bào và loại bỏ chất thải, độc tố ra khỏi cơ thể.

ii. **Duy trì cân bằng nhiệt độ:** Nước giúp điều hòa thân nhiệt, giữ cho cơ thể hoạt động ổn định.

iii. **Bảo vệ cơ thể:** Nước bôi trơn các khớp, bảo vệ các cơ quan nội tạng và tham gia vào quá trình hóa học trong cơ thể.

iv. **Tham gia vào quá trình trao đổi chất:** Nước là dung môi giúp các chất dinh dưỡng và khí oxy được vận chuyển đến các tế bào.

v. **Cung cấp năng lượng:** Nước giúp cơ thể hấp thu các chất dinh dưỡng và giải phóng năng lượng.

4.5.b. ĐỐI VỚI HỆ SINH THÁI

i. **i. Nguồn sống:** Nước là môi trường sống của nhiều loài sinh vật, từ vi sinh vật đến động thực vật.

ii. **Điều hòa khí hậu:** Nước giúp điều hòa nhiệt độ trái đất, tạo nên các hiện tượng thời tiết như mưa, giông, lốc.

iii. **Tái tạo đất:** Nước giúp duy trì độ ẩm cho đất, hỗ trợ quá trình phân hủy chất hữu cơ và cung cấp dinh dưỡng cho cây trồng.

iv. **Cung cấp năng lượng:** Nước có thể được sử dụng để tạo ra năng lượng tái tạo như thủy điện.

v. **Nông nghiệp:** Nước được sử dụng để tưới tiêu, giúp cây trồng phát triển và tăng năng suất.

vi. **Công nghiệp:** Nước là nguyên liệu và dung môi trong nhiều quy trình sản xuất.

vii. **Du lịch:** Các khu du lịch sinh thái, các danh lam thắng cảnh liên quan đến nước thu hút du khách, góp phần phát triển kinh tế.

Tóm lại, nước không chỉ là nguồn sống mà còn là yếu tố không thể thiếu cho sự tồn tại và phát triển của mọi sinh vật trên trái đất. Việc bảo vệ và sử dụng nguồn nước hiệu quả là trách nhiệm của mỗi người.

4.6. GIÓ LÀ HƠI THỞ CỦA SỰ SỐNG

Gió cần cho sự sống vì nó đóng vai trò quan trọng trong việc điều hòa khí hậu, làm sạch môi trường và cung cấp năng lượng. Gió giúp lưu thông không khí, điều hòa nhiệt độ, phân tán ô nhiễm và mang lại không khí tươi, trong lành cho sự sống. Ngoài ra, năng lượng gió còn là nguồn năng lượng sạch, tái tạo, giúp giảm thiểu ô nhiễm môi trường và biến đổi khí hậu như sau:

i. **Điều hòa khí hậu và môi trường:**

Gió giúp cân bằng nhiệt độ, làm mát không gian, phân tán khí thải và ô nhiễm, mang lại không khí trong lành.

ii. **Cung cấp năng lượng:**

Năng lượng gió có thể được khai thác để tạo ra điện, giúp giảm sự phụ thuộc vào các nguồn năng lượng hóa thạch gây ô nhiễm.

iii. **Hỗ trợ sức khỏe:**

Gió tươi, hay không khí ngoài trời trong lành, rất cần thiết cho quá trình hô hấp của con người, giúp cơ thể khỏe mạnh và hạn chế các bệnh về đường hô hấp.

iv. Ứng dụng trong sản xuất và đời sống:

Gió được sử dụng trong nhiều hoạt động như di chuyển thuyền buồm, làm khô các sản phẩm, và trong các hệ thống thông gió, điều hòa không khí.

Trong không gian vũ trụ này, các vật chất tồn tại ở ba dạng cơ bản: rắn, lỏng, và khí. Khí vô hình nhưng lại quan trọng nhất.

Không phải ăn hay uống, mà thở mới là điều quan trọng nhất giúp con người sống. Thở ra mà không vào, thở vào mà không ra tức bị tắt thở là dứt mạng căn. Cho nên, sinh mạng đời người hay loài vật ngắn ngủi trong một hơi thở.

Trong kinh *Tứ thập nhị chương* có một đoạn Đức Thế Tôn hỏi các thầy:

"Mạng sống của con người được bao lâu?"

Một thầy trả lời:

"Bạch Đức Thế Tôn, có thể nói là 100 năm".

Đức Thế Tôn mỉm cười. Ngài hỏi thầy khác. Thầy trả lời:

"Bạch Đức Thế Tôn, vài chục năm".

Đức Thế Tôn cũng mỉm cười. Ngài lại hỏi thầy khác, thầy này trả lời: "Bạch Đức Thế Tôn, một tuần lễ".

Đức Thế Tôn vẫn mỉm cười. Bụt lại hỏi, một thầy nữa trả lời:

"Bạch Đức Thế Tôn, một ngày một đêm".

Ngài cũng chỉ mỉm cười. Nhìn một thầy ngồi gần, Bụt hỏi, thầy này trả lời:

"Bạch Đức Thế Tôn, mạng sống của con người chỉ trong một hơi thở!"

Đức Thế Tôn gật đầu.

Trong *Quy Sơn cảnh sách* có câu: *"Chuyển tức tức thị lai*

sanh" nghĩa là khi đổi một hơi thở vào thành một hơi thở ra là ta đã sanh ra đời khác rồi, tức là đời sống của ta bị giới hạn và chi phối trong một hơi thở.

4.7. ĐẤT CHO SỰ SỐNG

Đất hay thổ, thổ nhưỡng[44] là tập hợp của các vật chất bao gồm chất hữu cơ, khoáng chất, chất lỏng, chất khí và sinh vật nằm bao phủ trên bề mặt của Trái Đất. Có ba loại đất chính:

- Đất cát: 85% cát, 10% limon và 5% sét.
- Đất thịt: 45% cát, 40% limon và 15% sét.
- Đất sét: 25% cát, 30% limon và 45% sét.

Đất có khả năng hỗ trợ sự sinh trưởng của thực vật cũng là môi trường sinh sống của muôn loài, từ các vi sinh vật tới các loài động vật nhỏ.

Đất bên ngoài thân và đất trong từng tế bào cơ thể của con người, loài vật, sinh vật, cây cỏ... Hễ có hình tướng thì các tướng đó đều làm từ đất hay các biến thể dạng khác của đất và các chất của nước, gió, lửa.

"Đất cho sự sống" có nghĩa là đất không chỉ là một lớp vỏ cứng bao phủ Trái Đất, mà còn là một môi trường sống, một nguồn tài nguyên vô cùng quan trọng, nuôi dưỡng và duy trì sự sống của muôn loài. Đất khỏe mạnh, giàu dinh dưỡng và đa dạng sinh học là nền tảng cho sự phát triển của thực vật, động vật và cả con người.

i. **Đất là nền tảng của sự sống:**

   Đất cung cấp các chất dinh dưỡng thiết yếu cho cây trồng, giúp chúng sinh trưởng và phát triển, từ đó cung cấp thức ăn cho các loài động vật và con người.

---

44. Định nghĩa Đất. https://vi.wikipedia.org/wiki/%C4%90%E1%BA%A5t

ii. Đất điều tiết nước:

Đất có khả năng giữ nước, giúp điều tiết lượng nước mưa, nước tưới và các chất hòa tan, đồng thời lọc và làm sạch nước.

iii. Đất là môi trường sống:

Đất là nơi cư trú của vô số vi sinh vật, động vật nhỏ, góp phần tạo nên sự đa dạng sinh học và cân bằng hệ sinh thái.

iv. Đất tái tạo và tuần hoàn:

Đất có khả năng phân hủy chất thải hữu cơ, tái tạo chất dinh dưỡng và tuần hoàn chúng trong tự nhiên, giúp duy trì sự sống bền vững.

v. Đất hỗ trợ sự sống:

Đất cung cấp giá đỡ vật lý cho cây cối, công trình xây dựng và các công trình khác của con người, đồng thời bảo vệ các di tích khảo cổ.

vi. Tầm quan trọng của việc bảo vệ đất:

Đất bị thoái hóa, ô nhiễm sẽ ảnh hưởng tiêu cực đến sản xuất nông nghiệp, an ninh lương thực, đa dạng sinh học và chất lượng cuộc sống.

Việc bảo vệ đất bao gồm các biện pháp như: sử dụng đất hợp lý, giảm thiểu ô nhiễm, tăng cường chất hữu cơ, bảo tồn đa dạng sinh học và áp dụng các phương pháp canh tác bền vững.

Tóm lại, đất là một tài sản vô giá, cần được bảo vệ và sử dụng một cách bền vững để đảm bảo sự sống của muôn loài trên Trái Đất.

Trong "Lá thư Yêu thương gởi Đất Mẹ" của Thiền

sư Thích Nhất Hạnh[45] viết rằng: *"Trái đất là bạn, bạn là trái đất, khi bạn nhận ra không có bất cứ sự ngăn cách chẻ chia nào ấy là lúc bạn hoàn toàn sống trong tình yêu thương trái đất xinh đẹp này.*

Chúng ta cần phải nhìn nhận rằng trái đất và con người ở trên ấy cuối cùng cũng là một và giống nhau. Khi nhìn sâu vào bản chất trái đất, chúng ta thấy trái đất được hình thành từ những yếu tố không phải là trái đất: Mặt trời, ngôi sao và toàn cả vũ trụ. Một số nguyên tố như là: carbon, silicon, sắt được hình thành từ lâu dưới sức nóng của những siêu sao xa xôi, những ngôi sao xa góp phần tạo nên ánh sáng của chúng."

Khi chúng ta nhìn vào con người, con người được cấu tạo từ nhiều yếu tố của đất nước gió lửa và nghiệp báo. Một con người được cấu thành từ những yếu tố khác nhau, hợp lại để tạo thành con người giả hiện. Toàn bộ vũ trụ có thể nhìn thấy trong một con người, trong một bông hoa, ngọn cỏ; nhìn sâu vào trái đất, chúng ta có thể thấy toàn thể vũ trụ trong ấy.

Trái Đất là hành tinh duy nhất có sự sống trong hệ Mặt Trời. Trái đất đã ban phát sự sống cho muôn loài, sinh vật mà con người là trung tâm.

Trái Đất có khoảng cách tối ưu với Mặt Trời để có nước ở dạng lỏng và có nhiệt độ vừa phải, có nguồn năng lượng cho sự sống phát triển và từ trường bảo vệ. Sự sống xuất hiện trên Trái Đất cách đây khoảng 3 tỷ năm. Nhiều nhóm sinh vật kế tiếp nhau xuất hiện rồi cùng bị tiêu diệt, rồi tái sinh lại cùng dạng hay dạng khác do những biến động không ngừng của điều kiện môi trường. Từ đó đến nay, thế giới sinh vật và con người đã trải qua một quá trình phát triển vô cùng phong phú

45. Thiền sư Thích Nhất Hạnh, Lá thư Yêu thương gởi Đất Mẹ (*Lilly Greenblatt*), Tiểu Lục Thần Phong dịch
https://thuvienhoasen.org/a41051/ve-la-thu-yeu-thuong-goi-dat-me-cua-thien-su-thich-nhat-hanh

phức tạp mà loài người chúng ta chưa khám phá ra hết.

Nhà vật lý người Mỹ có tên là Alan Guth[46] vào những năm 1980 đã đưa ra giả thuyết về sự mở rộng nhanh chóng của vũ trụ trong giai đoạn ban đầu, được gọi là "cơn sóng mở rộng" (*inflationary theory*). Các nhà khoa học nổi tiếng như Stephen Hawking, Andrei Linde, và Paul Steinhardt, cùng với nhiều nhà nghiên cứu khác, đã có những đóng góp quan trọng trong việc nghiên cứu và thảo luận về lý thuyết này.

Trái đất là mẹ của chúng ta, tất cả chúng ta từ đất mẹ và được nuôi dưỡng bởi đất mẹ. Tất cả chúng ta đều là con của đất mẹ, đến một lúc nào đó trái đất sẽ đưa chúng ta về lại với đất mẹ, Thực tế chúng ta luân hồi liên tục sống và trở về với đất mẹ. Chúng ta thực hành thiền và có thể nhận thấy sanh tử trong từng hơi thở. Hãy để ngón tay chạm vào đất mẹ và cảm nhận. Khi làm vườn, điều ấy thật tuyệt và hoạt động phục hồi. Nếu bạn sống ở thành phố thì bạn ít có cơ hội cuốc đất, trồng rau, chăm sóc hoa lá, nhưng bạn vẫn có thể quý trọng một lối đi nhỏ, một mảng cỏ, mảnh đất cỏ nhỏ hãy chăm sóc chúng. Tiếp xúc với đất mẹ là một cách tuyệt vời bảo vệ sức khỏe tinh thần của bạn.

4.8. CHÂN LÝ CỦA SỰ SỐNG LÀ SỐNG HÀI HÒA VỚI THIÊN NHIÊN

Con người không thể tồn tại, độc lập, riêng rẽ mà phải sống hòa hợp với thiên nhiên và cộng đồng. Tất cả những gì của thiên nhiên đều tác động đến cuộc sống hiện hữu của con người, chi phối hạnh phúc tương lai của con người. Mỗi chúng ta là một phần của thiên nhiên và có mối quan hệ tương tác (*nhân - quả*) với thiên nhiên vạn loài; nhất là với chính

46. Alan Guth.
https://en.wikipedia.org/wiki/Alan_Guth
https://vi.wikipedia.org/wiki

cộng đồng xã hội loài người.

Thái độ, ý thức sống (*bảo vệ hoặc phá hủy thiên nhiên*) của con người tác động mạnh đến sự phát triển hệ sinh thái. Điều này lý giải một phần nguyên nhân của những thảm họa thiên tai, động đất, sóng thần mà loài người đã và đang phải gánh chịu.

"**Chân lý của sự sống là sống hài hòa với thiên nhiên**" có nghĩa là con người nên sống gần gũi, tôn trọng và bảo vệ thiên nhiên, đồng thời khai thác một cách bền vững những gì thiên nhiên ban tặng. Sống hài hòa với thiên nhiên không chỉ mang lại lợi ích cho môi trường mà còn cải thiện sức khỏe và tinh thần của con người.

i. **Tôn trọng và bảo vệ thiên nhiên:**

   Điều này bao gồm việc không xả rác bừa bãi, tiết kiệm tài nguyên, bảo vệ đa dạng sinh học và không khai thác quá mức các nguồn tài nguyên thiên nhiên.

ii. **Khai thác một cách bền vững:**

   Con người có thể sử dụng thiên nhiên để đáp ứng nhu cầu của mình, nhưng cần phải làm điều đó một cách có trách nhiệm, đảm bảo rằng thiên nhiên có thể tái tạo và phục hồi.

iii. **Lợi ích cho sức khỏe và tinh thần:**

   Sống gần gũi với thiên nhiên giúp cải thiện sức khỏe thể chất (*ví dụ, hấp thụ vitamin D, tăng cường hệ miễn dịch*), cũng như sức khỏe tinh thần (*giảm căng thẳng, cải thiện tâm trạng*).

iv. **Sự hài hòa:**

   Sống hài hòa với thiên nhiên không có nghĩa là từ bỏ mọi tiện nghi của cuộc sống hiện đại, mà là tìm ra sự cân bằng giữa việc sử dụng các nguồn tài nguyên và bảo vệ môi trường.

Trong Tương Ưng Bộ kinh,[47] Đức Phật đã chỉ ra chân lý của sự sống rằng: "*Khi cái này có thì cái kia có, khi cái này sinh thì cái kia sinh. Khi cái này không có thì cái kia không có, khi cái này diệt thì cái kia diệt.*" Lý Duyên Khởi này đã nhấn mạnh mối quan hệ tương quan, phụ thuộc lẫn nhau giữa các hiện tượng trong vũ trụ. Muôn loài đều có quan hệ hữu cơ, gắn bó khăng khít với nhau. Sự sinh tồn của loài này là điều kiện tồn tại của loài kia. Ngược lại, sự chấm dứt sự sống của một loài, sẽ kéo theo sự diệt vong của loài khác.

Đức Phật đưa ra thông điệp hạnh phúc yêu thương ngay cuộc sống hiện tại bằng cách sống đơn giản, ít ham muốn, tránh làm ảnh hưởng đến mạng sống của muôn loài. Tâm không tham lam, không tàn ác, không mù quáng làm những việc tác hại đến muôn loài. Đó là cách sống hiểu biết, cao thượng, hạn chế tâm vị kỷ, không vì làm lợi cho riêng mình mà gây tổn hại đến người khác, đến các sinh vật khác, sống hài hòa với thiên nhiên.

Chúng ta đang sống trên cùng một trái đất, cùng hít thở một bầu không khí, cùng uống chung một nguồn nước và cùng hưởng ánh nắng mặt trời tươi đẹp. Tự nhiên - xã hội phụ thuộc lẫn nhau. Khi không khí trong lành, mọi người khỏe mạnh và ngược lại, khi môi trường sống ô nhiễm sẽ sản sinh nhiều loại bệnh tật chết chóc.

Mỗi gia đình, mỗi con người chính là tế bào của xã hội. Tế bào sạch khỏe, xã hội sẽ phát triển tốt, lành mạnh. Vì thế. một người có thể ảnh hưởng tới cả xã hội, và cả xã hội cũng ảnh hưởng tới một người.

Mối quan hệ mật thiết giữa con người và thiên nhiên, việc sống có trách nhiệm với môi trường rất quan trọng bởi lẽ mỗi

47. Tương Ưng Bộ kinh. https://tapchinghiencuuphathoc.vn/tu-tuong-duyen-khoi-trong-quan-diem-cua-cac-bac-luan-su.html

chúng ta cần đảm bảo một cuộc sống tốt đẹp cho cả hiện tại và tương lai

Một bậc Thầy giác ngộ tại trụ xứ Bhutan[48] khuyên rằng: *"Đây là thời điểm thích hợp để chúng ta quán chiếu lại từ cuộc sống bận rộn của bản thân mình, chúng ta đã sống cuộc đời như thế nào cho đến bây giờ, và quan trọng hơn, chúng ta muốn định hướng cuộc sống ra sao từ bây giờ trở đi."*

Giáo sư Trịnh Xuân Thuận đã nhận định trong cuốn. "Sự Vô Tận Trong Lòng Bàn Tay" (*L'Infini Dans La Paume de la Main*),[49] dựa trên những kết quả khoa học cận đại chính xác nhất: *"Tiến hóa từ những cát bụi của những ngôi sao, chúng ta chia sẻ cùng một lịch sử vũ trụ với những con sư tử trong những vùng hoang mạc và những bông hoa tỏa mùi thơm."*

Phải chăng Đức Phật đã quán chiếu thấy rõ những chân lý này cho nên Phật Giáo đã là tôn giáo duy nhất trên thế gian chủ trương hòa bình, không sát sinh, không những con người hòa bình với con người, mà còn hòa bình với mọi chúng sinh, với cả cây cỏ.

---

48. Toàn bộ giáo lý đạo Phật là chân lý tuyệt đối, chân lý của vũ trụ. https://khuongviet.com.vn/phat-hoc/toan-bo-giao-ly-dao-phat-la-chan-ly-tuyet-doi-chan-ly-cua-vu-tru-no-luon-o-do-nhung-chung-ta-van-chua-nhan-ra-13191/09/

49. Phúc Lâm, Phật Giáo và Khoa Học, Nhà xuất bản Tôn Giáo Hà Nội 2010. https://thuvienhoasen.org/a7766/07-phat-giao-va-thuyet-tuong-doi

Chương 5

CÁC HIỆN TƯỢNG THIÊN VĂN THEO Ý NGHĨA TÂM LINH

-oOo-

5.1. Siêu Trăng
5.2. Hiện tượng Thiên Thạch và Meteor Shower
5.3. Hiện tượng Nhật Thực (*Mặt Trời Đen, Solar Eclipse*) và Nguyệt Thực (*Mặt Trăng Đen, Lunar Eclipse*)
5.4. Sao Băng
5.5. Các Hành Tinh Hoá Học
5.6. Sao Kim (*Venus*) và độ chiếu sáng lớn (*Venus Evening Star*)
5.7. Hành Trình của Sao Hỏa (*Mars Retrograde*)
5.8. Hiện Tượng Quasar và Sự kỳ diệu của Vũ Trụ
5.9. Sự Kiện khi Trái Đất đi qua vành đai Sao Chổi (*Meteor Shower*)
5.10. Hiện tượng Bóng Đen (*Black Hole*) và sự mê hoặc của sự tối tăm

-oOo-

Các hiện tượng thiên văn như sao băng, siêu trăng, và các hiện tượng thiên thạch, thường gắn liền với ý nghĩa tâm linh trong nhiều văn hóa và tôn giáo khác nhau. Dưới đây là một số ví dụ về tác động của các hiện tượng với tâm linh như sau:

5.1. SIÊU TRĂNG

Siêu trăng là hiện tượng Mặt Trăng trông lớn hơn và sáng hơn bình thường khi nó ở gần Trái Đất nhất trên quỹ đạo của mình. Điều này xảy ra khi Mặt Trăng ở gần Trái Đất (*cận điểm*) trong khi đồng thời cũng là giai đoạn trăng tròn.

Trong giai đoạn này, Mặt Trăng có thể trông lớn hơn và sáng hơn khoảng 14% và 30% so với khi ở viễn điểm, có thể được coi là một thời điểm đặc biệt trong nhiều tín ngưỡng và tâm linh học. Nhiều người tin rằng siêu trăng có thể ảnh hưởng đến tâm linh và năng lượng của họ, mang lại cơ hội cho sự minh mẫn hơn, sự tự giác và phát triển tâm hồn hướng thượng hơn.

5.2. HIỆN TƯỢNG THIÊN THẠCH VÀ METEOR SHOWER

Khi quan sát hiện tượng thiên thạch hoặc mưa sao băng, nhiều người tin rằng đó là thời điểm khi "cầu nguyện" của họ sẽ được lắng nghe hoặc khi họ có thể gửi đi những tâm tư và mong ước của mình vào vũ trụ. Có những tín đồ tin rằng việc quan sát các hiện tượng thiên văn như vậy có thể tăng cường sự kết nối tâm linh với vũ trụ.

5.3. HIỆN TƯỢNG NHẬT THỰC (*MẶT TRỜI ĐEN, SOLAR ECLIPSE*) VÀ NGUYỆT THỰC (*MẶT TRĂNG ĐEN, LUNAR ECLIPSE*)

Nhật thực xảy ra khi Mặt trăng đi qua giữa Trái đất và Mặt

trời, do đó che khuất tầm nhìn của Mặt trời từ một phần nhỏ của Trái đất, toàn bộ hoặc một phần.[50]

Nguyệt thực là một sự kiện thiên văn xảy ra khi Mặt trăng di chuyển vào vùng bóng tối của Trái đất, khiến Mặt trăng bị tối đi.[51]

Trong nhiều nền văn hóa, các hiện tượng như mặt trời đen và mặt trăng đen thường được xem là dấu hiệu của sự thay đổi, chấm dứt, hoặc sự chuyển đổi tâm linh.

Có người tin rằng những thời điểm này có thể mang lại những trải nghiệm tâm linh mạnh mẽ, hoặc là cơ hội để xem xét và đổi mới trong cuộc sống.

5.4. SAO BĂNG

Theo lòng tin dân gian trong một số đất nước, người dân tin rằng sao băng thường là một cơ hội nói lên điều nguyện ước của mình. Như vừa thấy sao băng xẹt nhanh trên bầu trời, người ta vội nhắm mắt và thầm nguyện điều ước của mình, với lòng tin rằng sao băng có thể mang lại may mắn, thành tựu ước mơ bấy lâu trong lòng hoặc mở ra những cơ hội mới trong cuộc sống.

5.5. CÁC HÀNH TINH HOÁ HỌC

Tự điển Bách Khoa Wiki định nghĩa rằng Chiêm tinh học là một hệ thống huyền học, hay ngụy khoa học dự đoán về vấn đề nhân loại và sự kiện trần thế bằng cách nghiên cứu chuyển động và vị trí tương đối của thiên thể.[52]

---

50. Nhật thực. https://www.space.com/stargazing/eclipses/partial-solar-eclipse-march-2025-everything-you-need-to-know

51. Nguyệt thực. https://www.space.com/15689-lunar-eclipses.html

52. Chiêm Tinh học. https://vi.wikipedia.org/wiki

Trong Chiêm tinh học (*Astrology*), sự di chuyển của các hành tinh được xem xét để đoán tử vi, vận mệnh và tính cách cá nhân. Nhiều người tin rằng vị trí của các hành tinh trong thời gian sinh nở có thể ảnh hưởng đến tính cách và sự phát triển tâm linh của con người.

5.6. SAO KIM (*VENUS*) VÀ ĐỘ CHIẾU SÁNG LỚN (*VENUS EVENING STAR*)

Sao Kim xuất hiện dưới dạng "*Venus Tối*" vào buổi tối hoặc "*Venus Sáng*" vào buổi sáng, thường được coi là một hành tinh mang theo năng lượng tình yêu và sự đổi mới. Nhiều người tin rằng quan sát sao Kim có thể tăng cường năng lượng và hỗ trợ trong quan hệ tình cảm.

5.7. HÀNH TRÌNH CỦA SAO HỎA (*MARS RETROGRADE*)

Sao Hỏa (*Hỏa Tinh, Mars*) là hành tinh thứ tư tính từ Mặt Trời trong Thái Dương Hệ. Dù đã đưa hàng chục tàu vũ trụ lên thám hiểm sao Hỏa nhưng rất nhiều bí ẩn tại hành tinh đỏ này vẫn chưa được khám phá.

Sao Hỏa là một hành tinh đất đá với một khí quyển mỏng, với những đặc điểm trên bề mặt có nét giống với cả các hố va chạm trên Mặt Trăng và các núi lửa, thung lũng, sa mạc và chỏm băng ở cực trên Trái Đất.

Các nhà khoa học ở Viện Westheimer Khoa học và Công nghệ Florida, Mỹ,[53] tin rằng, cuộc sống trên trái đất khởi nguồn từ sao Hỏa. Theo họ, hai yếu tố hình thành nên sự sống là nguyên tố Bo và Molypden bị oxy hóa đã theo các thiên

53. Hỏa tinh có gì giống trái đất, con người sống trên đó được không? https://tienphong.vn/hoa-tinh-co-gi-giong-trai-dat-con-nguoi-song-tren-do-duoc-khong-post1152682.tpo

thạch từ sao Hỏa tới trái đất vào 3,6 tỷ năm trước và tạo nên sự sống trong hành tinh của chúng ta như ngày nay.

Bức ảnh màu đầu tiên về bề mặt sao Hỏa được tàu Viking 1 chụp vào ngày 21/7/1976.[54] (*NASA*)

Trong thời kỳ hành trình đảo chiều (*đi ngược*) của Sao Hỏa, nhiều người theo đuổi tâm linh tin rằng năng lượng (*hỏa là nóng*) của hành tinh này có thể ảnh hưởng mạnh mẽ đến quyết định và hành vi của con người. Đây là thời điểm tốt để tự xem xét, định hướng và đánh giá lại hướng đi cuộc sống của họ.

5.8. HIỆN TƯỢNG QUASAR VÀ SỰ KỲ DIỆU CỦA VŨ TRỤ

Một nhóm các nhà khoa học quốc tế vừa phát hiện chuẩn tinh (*quasar*) ở rất xa trong vũ trụ (*có thể thấy*) và bí ẩn trong vũ trụ non trẻ.

54. Hỏa tinh có gì giống trái đất, con người sống trên đó được không? https://tienphong.vn/hoa-tinh-co-gi-giong-trai-dat-con-nguoi-song-tren-do-duoc-khong-post1152682.tpo

Ánh sáng từ quasar mà chúng ta nhận được hiện nay, chính là thứ ánh sáng phát ra ở thời điểm 700 triệu năm sau Vụ Nổ lớn (*Big Bang*). Quasar có tên là Poniuaena, theo thổ ngữ Hawaii có nghĩa là "*nguồn quay vô hình tạo ra ánh sáng bao quanh*".[55] Các hiện tượng như quasar là các nguồn phát sóng siêu mạnh từ trung tâm của các thiên hà, thường được xem là biểu tượng của sự kỳ diệu và quyền lực trong vũ trụ.

Quasar chứa siêu lỗ đen, hoạt động tại trung tâm thiên hà. Khí vật chất từ thiên hà di chuyển về phía lỗ đen, tạo ra một lượng năng lượng khổng lồ, khiến quasar phát sáng mạnh, làm lu mờ toàn bộ thiên hà.

"*Poniuaena là đối tượng ở xa chúng ta nhất, trong đó có chứa lỗ đen với khối lượng vượt quá 1 tỷ khối lượng Mặt trời*"[56] – tiến sĩ Jinyi Yang ở Đài Quan sát Steward thuộc ĐH Arizona (*Mỹ*) cho biết.

Nhiều người tin rằng quasar có thể đại diện cho nguồn năng lượng tâm linh và khám phá về bản chất kỳ diệu của sự sống.

5.9. SỰ KIỆN KHI TRÁI ĐẤT ĐI QUA VÀNH ĐAI SAO CHỔI (*GEMINIDS METEOR SHOWER*)

Mưa sao băng Geminids (*Geminids Meteor Shower*) được các nhà thiên văn học giải thích, là hiện tượng diễn ra hàng năm do hàng loạt thiên thạch lao vào khí quyển Trái Đất khi Trái Đất đi qua khu vực quỹ đạo của chúng. Những thiên thạch này thực tế là những mẩu đá nhỏ, bụi là tàn tích sao chổi 3.200 Phaethon để lại khi nó đi vào Hệ Mặt Trời.[57]

---

55. Phát hiện chuẩn tinh bí ẩn trong vũ trụ non trẻ. https://khoahoc.tv/phat-hien-chuan-tinh-bi-an-trong-vu-tru-non-tre-106982

56. Như trên.

57. Mưa sao băng tuyệt đẹp kéo dài 10 ngày từ 7/12/2014. https://congly.vn/mua-sao-bang-tuyet-dep-keo-dai-10-ngay-tu-7-12-161330.html

Theo Mirror, các nhà thiên văn học dự đoán, bắt đầu từ ngày 7/12/2014 sẽ có trận mưa sao băng tuyệt đẹp kéo dài 10 ngày, có tên Mưa sao băng Geminids (*Meteor Shower*).

Thời điểm lý tưởng nhất quan sát mưa sao băng Geminids là rạng sáng ngày 13 và 14/12/2014.

Khi Trái Đất đi qua một vùng có nhiều sao chổi và tạo ra hiện tượng mưa sao, nhiều người tin rằng đó là dịp để làm mới tâm hồn, gửi đi mong ước, và xem xét mục tiêu của cuộc sống. Sự kiện này thường được coi là một thời điểm thích hợp để thực hiện các nghi lễ và nghi thức tâm linh.

5.10. HIỆN TƯỢNG HỐ ĐEN (*BLACK HOLE*) VÀ SỰ MÊ HOẶC CỦA SỰ TỐI TĂM

Theo Tự Điển Bách Khoa Toàn Thư Wiki, "Lỗ đen hay hố đen (*black hole*), là một vùng không–thời gian nơi trường hấp dẫn mạnh đến mức không có gì—không hạt vật chất hay cả bức xạ điện từ như ánh sáng có thể thoát khỏi nó."[58]

Quan sát từ kính viễn vọng quang phổ hạt nhân NuSTAR của cơ quan hàng không và vũ trụ Hoa Kỳ (*NASA*) cho thấy hố đen với kích thước khổng lồ nằm gần trung tâm các thiên hà lớn, bao gồm thiên hà Milky Way. Hố đen này được ví như "*tử thần*" hút khí, bụi xung quanh và làm tăng nhiệt độ đột ngột.

Hố đen tràn đầy năng lượng có khả năng nuốt chửng nhiều nhiên liệu trên các hành tinh. Những hố đen này di chuyển với vận tốc bằng ¼ tốc độ của ánh sáng, có tác động tới việc hình thành sao đen trong vũ trụ.[59]

---

58. Hố đen (*tiếng Anh: black hole*).
https://vi.wikipedia.org

59. Hố đen khổng lồ 'nuốt' gió, biến đổi nhiệt độ như tử thần.
https://vtcnews.vn/ho-den-khong-lo-nuot-gio-bien-doi-nhiet-do-nhu-tu-than-ar307257.html

Hố Đen, với sức hút mạnh mẽ không thể thoát, thường được xem là biểu tượng của sự tối tăm và bí ẩn. Trong một số nền văn hóa, nó có thể được coi là đại diện cho sức mạnh tối tăm bên trong tâm hồn và thách thức để chiến thắng những khía cạnh tăm tối của bản thân.

Những hiện tượng thiên văn không chỉ là sự kiện khoa học, mà còn mang theo ý nghĩa tâm linh đậm sâu trong tư tưởng của nhiều người. Chúng không chỉ kích thích, mời gọi sự hiểu biết về vũ trụ vô tận mà còn khơi gợi những trạng thái tâm linh và lòng kính trọng trước sức mạnh và vẻ đẹp của vũ trụ.

Chương 6

NHÂN SINH QUAN VÀ THẾ GIỚI QUAN PHẬT GIÁO

-oOo-

-oOo-

6.1. NHÂN SINH QUAN

Nhân sinh quan là cách nhìn nhận, quan điểm của con người về cuộc sống, bao gồm cả mục đích sống, giá trị sống và cách sống. Lăng kính màu sắc của nhân sinh quan định hướng cho con người những mục tiêu, lý tưởng hướng tới, những giá trị ý nghĩa để theo đuổi.

Nhân sinh quan Phật giáo là toàn bộ những quan điểm, nhận thức của Phật giáo về con người, cuộc đời, và mục đích, ý nghĩa sự tồn tại của con người. Nó bao gồm cách nhìn nhận về nguồn gốc, bản chất của con người, về sự đau khổ, về sự giải thoát và con đường để đạt được sự giải thoát.

Nhân sinh quan Phật giáo có các khía cạnh như sau:

1. **Về con người:** Phật giáo quan niệm con người là một thực thể bao gồm cả vật chất (*Sắc*) và tinh thần (*Danh*), được cấu tạo bởi năm uẩn (*ngũ uẩn*) là Sắc, Thọ, Tưởng, Hành, Thức. Con người chịu sự chi phối của quy luật sanh-diệt, sống chết, nhân quả và nghiệp báo, không có hành vi nào là không có kết quả.

   "Này Thiên tử Rohitassa, không có thể đi đến để thấy, để biết, để đạt đến chỗ tận cùng của thế giới mà nơi đó không có sinh, không có già, không có chết, không có suy diệt, không có tái hiện.

   Nhưng này hiền giả, trong tấm thân một sải này, với suy tưởng và hiểu biết của nó, Ta tuyên bố đây là thế giới, đây là tập khởi thế giới, đây là đoạn diệt thế giới, đây là con đường đưa đến đoạn diệt thế giới."[60]

2. **Về cuộc đời:** Cuộc đời con người là một chuỗi dài vô tận, chỉ là một phần nhỏ bé trong vũ trụ, là một dòng chảy không ngừng của sanh-già-bịnh-chết, thành-trụ-hoại-không. Con người phải đối mặt với tám nỗi khổ đau như Đức Phật dạy: "Đời có tám nỗi khổ, sanh là khổ, già là khổ, bệnh là khổ, chết là khổ, ái biệt ly là khổ, oán hận là khổ, không được như ý là khổ lửa ham dục là khổ."[61] và đối mặt với những phiền não vô minh, tham ái, sân hận, ghen ghét từ tâm của mình và người tạo ra.

---

60. Tăng Chi (*Aṅguttara Nikāya*), 4.45. Phẩm Thiên Tử Rohitassa hay Kinh Tương Ưng 2.26. Phẩm Thiên Tử Rohitassa https://suttacentral.net/an4.45/vi/minh_chau

61. Tứ Thánh Đế, Kinh Chuyển Pháp Luân (*Dhammacakkappavattana*). https://budsas.net/dlpp/bai10/kinh_tung_pali.pdf

3. **Về mục đích và ý nghĩa cuộc đời:** Mục đích tu tập của đệ tử Phật là giữ giới-định-tuệ, thực hành theo giáo lý Tứ diệu đế, Bát chánh đạo và các pháp môn tu tập khác, hầu thoát khỏi khổ đau, lan tỏa tình yêu thương cho mình và người cùng giác ngộ.
4. **Về sự giải thoát:** không chỉ là giải thoát khỏi những khổ đau thân thể mà còn là chuyển hóa những tâm tiêu cực, trầm cảm, phiền não, tham ái, sân hận để trở thành những tâm lạc quan, tích cực, hướng thượng.

Nhân sinh quan Phật giáo là một hệ thống quan điểm toàn diện về con người, cuộc đời, và mục đích, ý nghĩa của sự tồn tại, nhấn mạnh vào sự giải thoát khỏi khổ đau và đạt được sự an lạc, hạnh phúc tối thượng.

6.2. THẾ GIỚI QUAN

Thế-giới-quan còn gọi là Vũ-trụ-quan là một vùng không gian của vũ trụ, tập hợp mọi vật chất, sự vật, hiện tượng mà con người với các phương tiện thiên văn có thể quan sát được trong thời điểm hiện tại. Đây là một khái niệm rộng, bao gồm cách nhìn nhận, hiểu biết về nguồn gốc, cấu trúc, sự tiến hóa và tương lai của vũ trụ, được quan sát từ nhiều khía cạnh của khoa học, triết học và tôn giáo, v.v...

Dưới đây là vũ trụ học hay thế giới quan được nhìn từ khía cạnh của Đạo giáo (*Lão Tử*), Nho giáo (*Khổng Tử*), Ấn Độ giáo và Phật giáo.

6.3. THẾ GIỚI QUAN ĐÔNG PHƯƠNG

Với quan niệm Thế Giới quan Đông Phương như Phật giáo, Ấn giáo, Khổng giáo, Lão giáo ở các nước Trung Quốc, Nhật Bản, Hàn Quốc, Việt Nam, Ấn Độ, Thái Lan, Tích Lan... đều quan niệm bản thể thực tại là vốn 'vô tướng' dù thuật từ dùng có khác và ý nghĩa cũng diễn đạt tinh tế sâu cạn khác nhau.

"Vì không nhân hình, không nhân cách, thực tại đó thường được định nghĩa là ở khắp tất cả chỗ mà cũng không ở riêng một chỗ nào cả. Thực tại đó siêu việt tất cả thời gian, không gian, nhưng đồng thời cũng hiện hữu trong thời gian và không gian. Đây là ý niệm then chốt để người Đông Phương thường nói "Đạo và đời là một" , "tính không tách lìa", "bất nhị", "bất dị" (*không khác*)" [62]...

6.3.1. ĐẠO GIÁO

Trong Đạo giáo, vũ trụ được hình thành từ "Đạo", một khái niệm trừu tượng, vô hình, vô danh, nhưng lại là nguồn gốc của vạn vật chi phối mọi sự vận động của vũ trụ. Đạo không phải là một vị thần hay đấng sáng tạo, mà là một nguyên lý tự nhiên, một quy luật vận hành của vũ trụ.

Những khía cạnh chính của vũ trụ học Đạo giáo:

i. **Đạo là nguồn gốc:**

Đạo là khởi nguồn của mọi thứ, là bản thể vô hình, vô danh, nhưng lại là nền tảng của vạn vật.

ii. **Vũ trụ vận động theo Đạo:**

Mọi sự vật, hiện tượng trong vũ trụ đều vận động theo quy luật của Đạo, tuân theo nguyên lý tự nhiên.

iii. **Tính hai mặt của vũ trụ:**

Đạo giáo đề cao sự cân bằng âm dương, sự hài hòa giữa các mặt đối lập trong vũ trụ, như ngày và đêm, nóng và lạnh, v.v.

iv. **Con người là một phần của vũ trụ:**

Con người cũng là một phần của vũ trụ, sự hòa hợp giữa con người và vũ trụ là mục tiêu của tu luyện Đạo giáo.

---

62. Nguyễn Thế Đăng, Vũ trụ quan Tây Phương và Đông Phương https://www.phattuvietnam.net/vu-tru-quan-tay-phuong-va-dong-phuong/

v. Vô vi là phương pháp:

Để sống hòa hợp với Đạo, con người cần sống thuận theo tự nhiên, không gượng ép, không tranh đấu, thể hiện qua triết lý vô vi.

Tóm lại, vũ trụ học Đạo giáo tập trung vào sự vận hành của vũ trụ theo quy luật của Đạo, nhấn mạnh tính tự nhiên, cân bằng và sự hài hòa giữa con người và vũ trụ.

6.3.2. QUAN ĐIỂM CỦA KHỔNG GIÁO VỀ THẾ GIỚI

Trong Khổng giáo, vũ trụ quan không phải là trọng tâm chính, nhưng có những quan điểm nhất định về vũ trụ và vai trò của con người trong đó. Nho giáo tập trung nhiều hơn vào đạo đức, luân thường, và cách ứng xử của con người trong xã hội, hơn là việc giải thích nguồn gốc và cấu trúc của vũ trụ.

Trong Nho giáo, vũ trụ được quan niệm là một chỉnh thể thống nhất, vận động và biến hóa không ngừng theo quy luật Âm Dương, bắt nguồn từ Thái Cực. Khổng Tử không đi sâu vào nghiên cứu bản chất vũ trụ mà tập trung vào thế giới quan và nhân sinh quan, đặc biệt là các mối quan hệ giữa người với người và con người với vũ trụ.

Quan điểm của Khổng giáo về vũ trụ:

i. Thái Cực:

Khởi nguồn của vũ trụ, là một khối hỗn độn ban đầu, từ đó sinh ra hai nguyên lý Âm và Dương.

ii. Âm Dương:

Hai nguyên lý đối lập nhưng lại hài hòa, tương tác và biến hóa không ngừng, tạo ra sự vận động và biến đổi của vạn vật.

iii. Thiên Địa vạn vật đồng nhất thể:

Quan điểm cho rằng vạn vật trong vũ trụ đều có mối liên hệ mật thiết, cùng chịu sự chi phối của các quy luật chung.

iv. Sự biến hóa không ngừng:

Vạn vật luôn biến đổi, không có gì là bất biến, và sự biến đổi này diễn ra theo quy luật Âm Dương.

v. Sự tồn tại của quỷ thần:

Khổng Tử tin vào sự tồn tại của quỷ thần, cho rằng chúng là những thực thể vô hình, có ảnh hưởng đến con người, nhưng không phải là đối tượng thờ cúng chính.

vi. Trật tự và hài hòa:

Khổng giáo tin vào một trật tự tự nhiên của vũ trụ, được biểu hiện qua sự hài hòa giữa các yếu tố âm dương, trời đất, và vạn vật. Con người được coi là một phần của vũ trụ này, nên cần phải sống hài hòa với trật tự đó.

vii. Thiên mệnh:

Khổng giáo nói về "Thiên mệnh", ý chỉ một quy luật tự nhiên chi phối mọi sự vật, hiện tượng, bao gồm cả vận mệnh của con người. Tuy nhiên, Thiên mệnh không phải là một lực lượng siêu nhiên can thiệp vào cuộc sống, mà là một quy luật khách quan.

viii. Vai trò của con người:

Con người có vai trò quan trọng trong việc duy trì sự hài hòa của vũ trụ. Thông qua việc tu dưỡng bản thân, sống theo đạo đức, và thực hiện các nghi lễ, con người có thể góp phần vào sự ổn định và thịnh vượng của xã hội, gián tiếp tác động đến sự hài hòa của vũ trụ.

ix. Không quan tâm nhiều đến nguồn gốc:

Khổng giáo không đi sâu vào việc giải thích nguồn gốc của vũ trụ, mà tập trung vào việc con người nên sống như thế nào trong vũ trụ hiện tại. Các sách kinh điển như "Kinh Dịch" có thể được hiểu là có những luận giải về vũ trụ, nhưng không phải là trọng tâm chính của tư tưởng Khổng giáo.

Tóm lại, Khổng giáo không có một vũ trụ quan chi tiết như một số tôn giáo khác, nhưng vẫn có những quan điểm về vũ trụ, tập trung vào sự hài hòa, trật tự tự nhiên, và vai trò của con người trong việc duy trì sự ổn định của vũ trụ.

Đối với Nho giáo (*Khổng Giáo*), vũ trụ là một hệ thống tư tưởng mang tính duy tâm, nhấn mạnh sự vận động, biến hóa không ngừng của vũ trụ và sự hài hòa giữa các yếu tố Âm Dương. Đồng thời, Nho giáo cũng đề cao mối liên hệ giữa con người và vũ trụ, xem con người là một phần của vũ trụ chịu sự chi phối của các quy luật tự nhiên.

x. Sự khác biệt với các quan điểm khác:

a. So với các học thuyết duy vật: Nho giáo không đi sâu vào nghiên cứu bản chất vật chất của vũ trụ mà tập trung vào các mối quan hệ đạo đức, luân lý.

b. So với các tôn giáo khác: Nho giáo không có hệ thống thần linh phức tạp như các tôn giáo khác, mà tập trung vào các chuẩn mực đạo đức và hành vi của con người.

c. So với khoa học hiện đại: Quan điểm của Nho giáo về vũ trụ mang tính triết học và siêu hình, khác với các quan điểm khoa học dựa trên quan sát và thực nghiệm.

6.3.3. ẤN GIÁO NÓI VỀ VŨ TRỤ

Trong Ấn Độ giáo, vũ trụ được hiểu là một thực thể sống, liên tục vận động và biến đổi, không có khởi đầu hay kết thúc cố định. Vũ trụ được tạo thành từ Brahman, bản chất tối thượng, và Atman, bản thể cá nhân, cả hai đều được coi là một. Con người và vũ trụ được xem như một thể thống nhất, và mục tiêu của cuộc sống là đạt được sự hòa hợp với Brahman, hay còn gọi là "giải thoát".

Ấn giáo chủ trương hệ thống Trimurti còn được gọi là Tam vị nhất thể của Hindu giáo gồm ba vị thần tối cao là Brahma là đấng tạo hóa, Vishnu là đấng bảo hộ, còn Siva là đấng hủy diệt. Thần Vishnu và Siva là hai thế lực đối nghịch nhau, còn thần Brahma là một thế lực cân bằng. Cả ba vị thần này tạo thành bộ tam thần Trimurti để tạo ra hệ thống vũ trụ sanh-trụ-diệt và tiếp nối.

Những bộ kinh Veda sớm nhất có ghi về *"Brahma như một vị thần sáng tạo và đầy quyền năng, thống trị cả vũ trụ. Trong thời kỳ Veda, tư tưởng triết học thiên về thuyết nhất thần luận, nói về vũ trụ và khởi nguyên của nó, quyền năng thiêng liêng vô hình vô tướng này là của vị thần sáng tạo Ấn Giáo."*[63]

Quan điểm chi tiết về vũ trụ trong Ấn Độ giáo:

i. Brahman là bản thể tối thượng:

Brahman là thực tại tối hậu, vô hạn, vô hình, vô tướng, và là nguồn gốc của mọi sự tồn tại.

ii. Atman là bản thể cá nhân:

Atman là một phần nhỏ của Brahman, tồn tại trong mỗi cá nhân.

iii. Vũ trụ là một chu kỳ:

Vũ trụ trải qua các chu kỳ sáng tạo, duy trì, và hủy diệt, được điều khiển bởi luật nhân quả (*karma*) và luân hồi (*samsara*).

63. Thế giới một số vị thần Hindu giáo - Thần Brahma. https://fos.ussh.vnu.edu.vn/vi/news/tan-man-phuong-dong/the-gioi-mot-so-vi-than-hindu-giao-than-brahma-163.html

iv. Mục tiêu của cuộc sống là giải thoát:

Giải thoát (*moksha*) là sự hợp nhất trở lại với Brahman, chấm dứt luân hồi và đau khổ.

v. Con người và vũ trụ là một:

Tư tưởng Ấn Độ nhấn mạnh sự liên kết mật thiết giữa con người và vũ trụ, xem chúng như một thể thống nhất.

Tóm lại, Ấn Độ giáo nhìn nhận vũ trụ như một thực thể sống, liên tục vận động và biến đổi, con người có thể đạt được sự giải thoát bằng cách hòa nhập với bản thể tối thượng: Brahman.

6.3.4. PHẬT GIÁO NÓI VỀ VŨ TRỤ QUAN

Vũ trụ quan Phật giáo, hay vũ trụ học Phật giáo (*Cosmology in Buddhism*) là một hệ thống mô tả về hình dạng, cấu trúc và sự vận hành của vũ trụ theo kinh điển và tư tưởng Phật giáo, bao gồm cả vũ trụ học không gian (*mô tả các tầng trời, cõi giới*) và vũ trụ học thời gian (*chu kỳ sinh trụ hoại không của vũ trụ*). Vũ trụ quan Phật giáo không chỉ là một lý thuyết về thế giới vật chất, mà còn liên quan đến các vấn đề tâm linh, luân hồi và giải thoát.

Cấu trúc vũ trụ theo Phật giáo:

i. Vũ trụ theo chiều dọc:

Phật giáo mô tả vũ trụ có nhiều tầng trời, từ các cõi thấp như địa ngục, ngạ quỷ, súc sinh, đến các cõi cao như các cõi trời dục giới, sắc giới và vô sắc giới. Mỗi cõi giới có những đặc điểm riêng về điều kiện sống, tuổi thọ và khả năng nhận thức.

ii. Vũ trụ theo chiều ngang:

Phật giáo cũng đề cập đến sự tồn tại của vô số thế giới, hay còn gọi là tam thiên đại thiên thế giới, mỗi thế giới đều có cấu trúc tương tự như thế giới mà chúng ta đang sống.

iii. Vũ trụ thời gian:

Phật giáo quan niệm vũ trụ không phải là bất biến mà trải qua các chu kỳ sinh, trụ, hoại, không. Mỗi chu kỳ này được gọi là một kiếp, và có thể kéo dài vô cùng. Trong mỗi kiếp, vũ trụ trải qua sự hình thành, tồn tại, suy vong và cuối cùng là hủy diệt, để rồi lại tái sinh tiếp nối chu kỳ.

iv. Cảnh giới vũ trụ: Không gian bao la trùm khắp, không biên giới, trong đó chứa hai phần: Phật giới và Tam giới (*Dục giới, Sắc giới và Vô Sắc giới*).

Vũ trụ Phật Giới:

Nơi Chư Phật và thánh chúng cư trú. Không gian của Phật giới trùm khắp theo Càn khôn vũ trụ nhưng rất thanh tịnh, an lạc, nên gọi là "cảnh Phật thanh tịnh" hay "Cực lạc". Trong Phật thanh tịnh này, nó rộng như là biển, nên Như Lai gọi là "Bể tánh thanh tịnh".

Cõi Phật là vô lượng quang (*điện Từ Quang trùm khắp*) và vô lượng thọ (*vĩnh viễn chân thường, chân lạc, chân ngã, chân tịnh; không bị: khổ, không, vô thường, vô ngã*).

Vô số cõi Phật như hằng hà sa như vậy viên dung, giao xen tự tại vô ngại, vì không thể nào sử dụng toán số duyên hợp vật lý của loài người mà đếm hết được, nên Như Lai phải sử dụng đơn vị là số cát của sông Hằng đem ra ví dụ cho Phật cảnh vũ trụ.

"Trong thế giới hải đó có thế giới vi trần số thế giới chủng. Mỗi thế giới chủng có thế giới vi trần số thế giới."

(*Kinh Hoa Nghiêm, Hòa thượng Thích Trí Tịnh dịch Việt*)[64]

---

64. Kinh Hoa Nghiêm, Hòa thượng Thích Trí Tịnh, trang 954) https://thuvienhoasen.org/a513/kinh-hoa-nghiem

Fritjof Capra (*tác giả cuốn The Tao of Physics*)[65] nói rằng thuyết Nguyên Lượng bắt buộc chúng ta phải quan niệm vũ trụ như là một mạng lưới liên hệ phức tạp giữa các phần của một tổng thể, chứ không phải là một tập hợp các vật thể riêng biệt. Mọi hạt nhỏ đều bao gồm các hạt khác một cách tự hợp, và theo nghĩa này, có thể nói chúng chứa đựng lẫn nhau. Trong thuyết này, điểm cần nhấn mạnh là sự tương tác (*interaction*) hay tương thông (*interpenetration*) của mọi hạt nhỏ.

So sánh ý này với Kinh điển, nhất là Kinh Hoa Nghiêm về vũ trụ Phật giới, thì chúng ta sẽ thấy rằng những quan niệm của Bohm và Capra trong cuốn The Tao of Physics chỉ thấy được tính tương thông trong thế giới các hạt vật chất nhỏ nhoi, một phạm vi vô cùng nhỏ của vật lý và vũ trụ, chứ chưa thấy được tính tương thông viên dung trong vũ trụ Phật giới như nhỏ bao trùm lớn, lớn bao trùm nhỏ, một là tất cả và tất cả là một của nguyên lý bốn Pháp Giới (*Lý, Sự, Lý Sự và Sự Sự Vô Ngại Pháp Giới*) tương dung, tương nhiếp với nhau. Đây là Phật giới siêu việt như Thực Tại tối hậu của Phật giáo.

Vũ trụ Tam Giới:

Là một thực thể vô thường, luôn biến đổi và không có điểm bắt đầu hay kết thúc cố định. Vũ trụ không phải là một sáng tạo đơn lẻ mà là một chuỗi vô tận của các sự hình thành, tồn tại và hủy diệt, được tạo ra và duy trì bởi nghiệp lực và các yếu tố vật chất (*đất, nước, lửa, gió*). Phật giáo nhấn mạnh vào sự tương thuộc, liên kết và ảnh hưởng lẫn nhau giữa các yếu tố trong vũ trụ, tạo nên một bản hòa tấu vũ trụ phức tạp và hài hòa.

Cụ thể hơn, quan điểm của Phật giáo về vũ trụ bao gồm:

i. Vô thường:

Mọi thứ trong vũ trụ, từ các hành tinh, ngôi sao đến các

65. Phúc Lâm, Phật Giáo Và Khoa Học, Nhà xuất bản Tôn Giáo Hà Nội, 2010. https://thuvienhoasen.org/a7751/phat-giao-va-khoa-hoc-phuc-lam

chúng sinh, đều luôn thay đổi, không có gì là thường hằng, vĩnh cửu.

ii. Tương thuộc (*Duyên khởi*):

Vũ trụ là một mạng lưới phức tạp, trong đó mọi thứ đều phụ thuộc và ảnh hưởng lẫn nhau. Sự tồn tại của một vật thể hay một hiện tượng đều phụ thuộc vào các yếu tố khác.

iii. Nghiệp lực:

Hành động và ý nghĩ của chúng sinh tạo ra nghiệp lực, là nguyên nhân chính chi phối sự tái sinh và sự hình thành của các thế giới.

iv. Luân hồi:

Vũ trụ bao gồm nhiều cõi giới khác nhau, chúng sinh liên tục luân hồi từ cõi này sang cõi khác tùy thuộc vào nghiệp lực của mình.

v. Tứ đại:

Vũ trụ được hình thành từ bốn yếu tố cơ bản là đất, nước, lửa, và gió, luôn vận động và biến đổi không ngừng.

vi. Vô biên:

Phật giáo quan niệm vũ trụ là vô biên, không có giới hạn về không gian và thời gian.

vii. Nhất Chân Pháp Giới:

Trong quan điểm cao nhất, khi các yếu tố trong vũ trụ hòa hợp hoàn hảo, đạt đến trạng thái "Nhất Chân Pháp Giới" (*vũ trụ của cái một và cái thực*), hay "Liên Hoa Tạng" (*Kinh Hoa Nghiêm*) nơi mọi thứ tồn tại trong sự hòa điệu hoàn toàn.

Trong Kinh Đại Phật Đỉnh Thủ Lăng Nghiêm, Phú Lâu Na bạch hỏi Thế Tôn: *"Nếu tất cả các thứ căn (*sáu căn*), trần (*sáu trần*), ấm (*năm ấm*), xứ (*sáu căn và sáu trần*), giới (*sáu căn, sáu trần và sáu thức*)... trong thế gian đều là bản nhiên thanh tịnh Như Lai tạng, cớ sao bỗng sinh ra núi, sông, đất liền và các tướng hữu vi thứ lớp dời đổi?"*[66]

Câu hỏi này nghĩ là nếu đã là Nhất Chân Pháp Giới, là tánh Như Lại Tạng, giác ngộ toàn phần thì tại sau lại cho có thế giới, vũ trụ, núi sống, đất liền, con người, muôn loài vạn vật sanh khởi?

Đức Phật trả lời: "Phật nói: *"Giác không phải là sở minh, nhân minh mà lập sở. Sở đã vọng lập liền sanh cái vọng năng."* Tánh bản nhiên thường trụ nơi tất cả mọi người, nhưng do một niệm vô minh, bất giác phân thành năng sở sai khác, từ đó cảnh giới vọng hiện, tánh giác liền ẩn. Vì thế nói về tướng thì có mười cảnh giới[67], nhưng về tánh bản thể thì Nhất Chân Pháp Giới không có sai biệt.

Theo Giáo Sư Junjiro Takakusu trong Cương Yếu Triết Học Phật Giáo[68], pháp giới nhất chân trong ý nghĩa là cảnh giới của lý tánh và vừa là sự tướng của tất cả sự tướng, đồng nghĩa với Như Lai Tạng và cũng đồng nghĩa với vũ trụ hay thế giới hiện thực, nghĩa là cảnh giới của tất cả sự tướng.

Nhất chân Pháp Giới là siêu việt và nội tồn. Nó là siêu việt như Thực Tại tối hậu, nhưng nó hiện hữu trong mỗi người như là cơ sở và bản chất thâm sâu nhất của họ.

---

66. Thích Nữ Giới Hương, Luân hồi trong Lăng Kính Lăng Nghiêm, Nhà Văn hóa Sài gòn, 2008.

67. Mười pháp giới: cõi Phật, Bồ tát, Duyên Giác, Thanh Văn, Trời, A-tu-la, người, súc sanh, ngạ quỷ, và địa ngục.

68. Junjiro Takakusu, Tinh hoa triết học Phật giáo Tuệ Sỹ dịch Việt. https://thuvienphatviet.com/junjiro-takakusu-tue-sy-dich-tinh-hoa-triet-hoc-phat-giao-dan-nhap/

Theo Phật giáo, Pháp Giới Nhất Chân là sự thấu suốt thực tại một cách trọn vẹn. Các pháp thuộc pháp giới, mỗi sự việc đều đan bện và thâm nhập vào nhau. Đây là thuyết "vô ngại" của tông Hoa Nghiêm và là thuyết "tính cụ" của tông Thiên Thai.

Pháp Giới có đến hai nghĩa: thứ nhất là vũ trụ hiện thực, thứ nhì là thế giới không hạn định hay Niết Bàn.

Đây chính là Chân Như của Phật. Niết Bàn tịch diệt vừa có nghĩa là sự diệt vọng của thể xác con người (*theo nghĩa tiêu cực*), và vừa là sự diệt tận của các điều kiện sinh tử (*theo nghĩa tích cực*).

Đạo Phật chủ trương rằng không có cái được tạo độc nhất và riêng rẽ. Vạn hữu trong vũ trụ, tâm và vật, khởi lên đồng thời; vạn hữu trong vũ trụ nương tựa lẫn nhau, ảnh hưởng lẫn nhau, và do đó tạo ra một bản đại hòa tấu vũ trụ của toàn thể điệu. Nếu thiếu một, vũ trụ sẽ không toàn vẹn; nếu không có tất cả, cái một cũng không.

Khi toàn thể vũ trụ tiến tới một bản hòa âm toàn hảo, nó được gọi là "Nhất Chân Pháp Giới," vũ trụ của cái một và cái thực, hay "Liên Hoa Tạng." Trong vũ trụ lý tưởng đó, vạn hữu sẽ tồn tại trong hòa điệu toàn diện, mỗi hữu không chướng ngại hiện hữu và hoạt động của các hữu khác.

Chương 7

TRIẾT LÝ PHẬT GIÁO LIÊN QUAN VỚI VŨ TRỤ LUẬN

-oOo-

-oOo-

Phật giáo là một trong những truyền thống tôn giáo lớn nhất có ảnh hưởng sâu rộng trên toàn thế giới. Phật giáo xuất phát từ cuộc đời và lời dạy đầy trí tuệ của Đức Phật Cồ Đàm (*Gautama Buddha*), người đã giác ngộ, thấy rõ cơ cấu hình thành con người và vũ trụ đạt được sự giải thoát khỏi chuỗi luân hồi sanh tử. Dưới đây là một cái nhìn tổng quan về lịch sử và tri thức của Phật giáo liên quan đến Vũ Trụ Luận.

7.1. ĐẠO PHẬT XUẤT HIỆN

7.1.1. Đản Sinh của Đức Phật:

Thái tử Sĩ-đạt-đa (*Siddhartha*) sinh ra vào khoảng năm 563 trước Công nguyên, một vùng đất gần biên giới giữa Ấn Độ và Nepal ngày nay.

Tiên A-tư-đà (*Asita*) vốn là bậc đạo sĩ đã chứng cả tám định[69] và năm thần thông.[70] Tiên được Vua Tịnh Phạn mời vào xem tướng cho Thái tử Sĩ-Đạt-Đa. Vì chứng túc mạng thông, nên Tiên A-tư-dà có khả năng thấy biết về quá khứ bốn mươi kiếp, thấy biết về vị lai hai mươi kiếp. Sau khi chăm chú quan sát Thái tử baby Sĩ-Đạt-Đa toàn thân với 32 hảo tướng của bậc Tối Thượng Nhân một hồi, đạo sĩ khẳng định rằng: "Đức ấu nhi này, ba mươi lăm năm sau sẽ đắc quả vị Chính Đẳng Chính Giác không sai!"

Nghĩ đến khi Thái tử chứng ngộ thì mình già và nhập tịch rồi, không được nghe giáo pháp thức tỉnh của Bồ tát Sĩ-đạt-đa, vô cùng thương cảm cho chính bản thân mình, đạo sĩ không

---

69. Tám định là tứ thiền (*sơ thiền, nhị thiền, tam thiền và tứ thiền*) và tứ không (*Không Xứ Định, Thức Xứ Định, Vô Sở Hữu Xứ Định và Phi Hữu Tưởng Phi Vô Tưởng Xứ Định*).

70. Năm thần thông: Năm năng lực thần thông của đức Phật: Có thể đi lại bất kỳ nơi nào tùy ý (*Thần túc thông*); Có thể thấy được suốt khắp (*Thiên nhãn thông*); Có thể nghe được mọi chuyện (*Thiên nhĩ thông*); Có thể thấu rõ ý nghĩ trong tâm người khác (Tha tâm thông); Có thể biết rõ những kiếp trước (T*úc mệnh thông*).

thể làm chủ được cảm xúc, òa khóc nức nở. Tuy nhiên, đạo sĩ cũng mỉm cười hạnh phúc mừng cho chư thiên và nhân loại bởi lẽ một bậc Đại Giác ra đời là kết tụ tất cả tinh hoa và linh khí của trời đất, kết tụ của vô lượng a-tăng-kỳ công đức và phước báu. Phải trải qua rất nhiều lần quả đất sinh diệt, mới có được một bậc Chánh Đẳng Giác như vậy giáng thế. Nhờ vậy, mà nhiều người trên thế gian sẽ thoát khổ, giải thoát khỏi vòng sanh tử luân hồi đen tối. Còn bản thân Ông, đạo sĩ biết rõ rằng, sau khi thân hoại mạng chung ở đây, Tiên sẽ hóa sinh tức khắc vào cõi trời phạm thiên Vô Sắc.

7.1.2. Sự Giác Ngộ:

Khi Thái tử Sĩ-đạt-đa đã 29 tuổi, Ngài rời xa cuộc sống xa hoa nhung lụa và gia đình hoàng gia, vượt thành Ca-tỳ-la-vệ, để tìm đạo là con đường giải thoát khổ đau cho con người. Sau sáu năm khổ hạnh và 49 ngày ngồi thiền dưới cội cây bồ-đề (*Bồ-đề-đạo-tràng, Bodhgaya, Bihar, Ấn độ*), Ngài chứng ngộ lý Duyên Khởi thành Phật hiệu là Thích Ca Mâu Ni, khi vừa 35 tuổi.

7.1.3. Thành lập Phật giáo:

Sau khi đạt giác ngộ, Đức Phật đi đến Lộc Uyển (*Sarnath, Varanasi*) độ cho năm người bạn đồng tu trước và thành lập Tăng đoàn (*bốn vị trở lên*). Từ đó, Tăng đoàn ngày càng lớn mạnh đến 1.250 tỳ-kheo đệ tử và vô số đệ tử tại gia. Đức Phật dành phần lớn cuộc đời của mình 45 năm cùng Tăng đoàn, đi khắp miền Bắc Ấn Độ để chia sẻ thông điệp hạnh phúc và giải thoát cho mọi người dân.

7.1.4. Phát triển và lan rộng:

Sau khi Đức Phật nhập Niết-bàn, với sự hỗ trợ của các vị vua Phật giáo, đặc biệt là hoàng đế A-dục (*Ashoka*) trị vì Đế quốc Maurya từ năm 273 đến 232 trước Công nguyên đã giúp truyền bá Phật giáo ra khỏi biên giới Ấn độ, đến Sri Lanka, Thái Lan, Trung Quốc...

Từ đó, theo thời gian Phật giáo đã phát triển, lan rộng trên khắp châu Á, Châu Âu, Châu Mỹ và khắp thế giới, thông qua sự kết hợp với các nền văn hóa địa phương đa dạng và các trường phái truyền thống Phật giáo khác nhau.

7.2. CÁC TRIẾT LÝ CĂN BẢN CỦA PHẬT GIÁO LIÊN QUAN ĐẾN VŨ TRỤ LUẬN

Các yếu tố hay triết lý quan trọng trong vũ trụ quan Phật giáo như Tứ Diệu Đế, Vô Thường và Vô Ngã, Lý Duyên khởi (*Duyên sinh*), Nghiệp thức, Nhân quả, Sanh-trụ-dị-diệt hay Sinh-lão-bệnh-tử, Luân hồi, Tái sanh, Vạn pháp đồng Nhất thể, Cảnh giới của Tự tánh Di Đà, Duy tâm Tịnh độ, Pháp giới Viên dung Vô ngại, v.v...

Lời dạy của Đức Phật chia sẻ trong 45 năm được kết tập thành Tam tạng (*Kinh-luật-luận*) có rất nhiều triết lý của Ngài liên quan đến việc hình thành, tiến hóa của vũ trụ, con người và nghiệp báo như sau:

7.2.1. TỨ DIỆU ĐẾ

Bốn chân lý[71] là bốn lời dạy căn bản thiết thực và quan trọng của Đức Phật gồm: Khổ đế, Tập đế, Diệt đế và Đạo đế như sau;

"*Này các Tỳ Khưu, đây là* ***Chân Lý Cao Thượng về Sự Khổ*** (*dukkha - ariya - sacca,* ***Khổ*** *thánh đế*)*: Sanh là khổ, già là khổ, bịnh là khổ, tử là khổ, sống chung với người mình không ưa thích là khổ, xa lìa người thân yêu là khổ, mong muốn mà không được là khổ, tóm lại chính thân ngủ uẩn là khổ.*

Đây là ***Chân Lý Cao Thượng về Nguồn Gốc của Sự Khổ*** (***Tập*** *khổ thánh đế*)*: Chính Ái Dục là nguyên nhân của*

---

71. Tương Ưng Bộ, V-420. Kinh Chuyển Pháp Luân, Dhammcakkappavattana sutta. https://www.budsas.org/uni/u-vbud/vbkin015.htm
Tham khảo thêm Tứ diệu đế, Phật học Phổ Thông, Hòa thượng Thiện Hoa.

sự tái sanh (ponobhavika). Ái hợp với tâm thiết tha khao khát, bám víu cái nầy hay cái kia (đời sống). Chính là Ái, đeo níu theo nhục dục ngũ trần (kamatanha), ái, đeo níu theo sự sinh tồn (bhavatanha, sanh ái, luyến ái trong ý tưởng cho rằng vạn vật là trường tồn vĩnh cửu), và ái, đeo níu theo ý tưởng không sinh tồn (vibhavatanha, vô sanh ái, luyến ái trong ý tưởng cho rằng sau cái chết là hư vô).

Đây là ***Chân Lý Cao Thượng về Sự Diệt Khổ*** *(****Diệt*** *khổ thánh đế): sự xa lánh trọn vẹn và sự tận diệt chính cái ái ấy. Đó là sự rời bỏ, sự từ khước, sự thoát ly, và sự tách rời ra khỏi tâm ái dục.*

Đây là ***Chân Lý về Con Đường dẫn đến Sự Diệt Khổ*** *(****Đạo*** *diệt khổ thánh đế): Đó là Bát Chánh Đạo: Chánh Kiến, Chánh Tư Duy, Chánh Ngữ, Chánh Nghiệp, Chánh Mạng, Chánh Tinh Tấn, Chánh Niệm, và Chánh Định.*"

Khổ đế là chân lý chắc thật, mỗi chúng sinh trên trái đất này đều có tám khổ chi phối: *"Sanh là khổ, già là khổ, bệnh là khổ, chết là khổ, ái biệt ly là khổ, oán hận là khổ, không được như ý là khổ lửa ham dục là khổ."*

Tập đế là chân lý chắc thật nguyên nhân của khổ là do tham sân si.

Diệt đế là chân lý chắc thật của trạng thái an lạc Niết bàn do tu tập hết phiền não.

Đạo đế là những phương pháp đúng đắn, chắc thật để diệt trừ đau khổ. Đó là Bát Cánh đạo (*tám con đường chân chánh*).[72]

---

https://daibaothapmandalataythien.org/1-tong-quat-ve-tu-dieu-de

72. Bát Chánh Đạo: 1. Chánh kiến, 2. Chánh tư duy, 3. Chánh ngữ, 4. Chánh nghiệp 5. Chánh mạng , 6. Chánh tinh tấn, 7. Chánh niệm, 8. Chánh định.
Phật học Phổ Thông, Hòa thượng Thiện Hoa.
https://chuaxaloi.vn/thu-vien-kinh-sach/phat-hoc-pho-thong-quyen-1-ht-thich-thien-hoa/53.html

Đây là tám phương pháp tu tập cho chúng xuất gia lẫn cư sĩ tại gia để rèn luyện thân, khẩu, ý chân chánh trên trái đất này. Do tu tập bát chánh đạo (*tám con đường chân chánh: Thấy chân chánh, suy nghĩ chân chánh, miệng chân chánh,, nghiệp chân chánh, mạng chân chánh, tinh tấn chân chánh, niệm chân chánh, và định chân chánh*) và thông đạt lý Tứ diệu đế.

a. Nhân Quả Thế Gian: Do hoặc-nghiệp-khổ, nguyên nhân tập tham sân si (***Tập** khổ thánh đế*) tạo nên kết quả của hiện tượng thế giới và chúng sanh trùng trùng sanh khởi (***Khổ** thánh đế*) chịu sự chi phối của sanh-trụ-dị-diệt hay sanh tử luân hồi.

b. Nhân Quả Xuất Thế Gian: Nhân do tu tập theo tám con đường chân chánh (***Đạo** thánh đế*), đưa đến kết quả nghiệp thanh tịnh, an tĩnh, tịch diệt Niết bàn (***Diệt** thánh đế*) của các cõi Phật, thánh chúng, không còn sự chi phối của sanh-trụ-dị-diệt hay sanh tử luân hồi.

Chính tập nhân của tâm mình là nguyên nhân để thế giới và con người xuất hiện, sanh khởi và tương tiếp tục. Nếu chúng ta giữ thân, miệng và ý thanh tịnh, trong sáng, đạo hạnh tinh nghiêm thì thế giới vũ trụ ngày càng an tịnh, hạnh phúc và thân thiện.

7.2.2. VÔ THƯỜNG VÀ VÔ NGÃ

Mọi sự vật, hiện tượng trong vũ trụ đều luôn thay đổi, không ngừng biến đổi. Không có gì là vĩnh cửu, kể cả vũ trụ hay các cõi giới, đạo Phật gọi là vô thường.

Vô thường (*anicca/anitya*) là một trong ba đặc tính của sự tồn tại, cùng với "khổ" (*dukkha*) và "vô ngã" (*anatta*). Vô thường có nghĩa là mọi thứ đều thay đổi, không có gì tồn tại mãi mãi, mọi sự đều biến đổi, không đứng yên ở một trạng thái nhất định. Đức Phật đã dạy về vô thường để giúp con người nhận thức rõ bản chất của cuộc sống, từ đó giảm bớt sự chấp thủ, khổ đau hướng đến giác ngộ, giải thoát.

"Vũ trụ thay đổi vô thường" có nghĩa là vũ trụ, cùng với mọi thứ trong đó, luôn biến đổi, không có gì là bất biến, thường trụ. Tất cả vũ trụ sơn hà đại địa không đứng yên; chúng thay đổi từng sát na, không có gì có thể gọi là hằng hữu (*còn hoài*), hằng sống (*sống hoài*), hằng tồn (*tồn tại mãi*) trong vũ trụ. Một thế giới do duyên sinh, duyên diệt, nên khi đủ duyên thì hình thành, hết duyên thì biến mất, đều phải trải qua bốn thời kỳ: thành, trụ, hoại, diệt. Khái niệm này nhấn mạnh sự không cố định, sự biến dịch liên tục của vạn vật, một quy luật tự nhiên không thể tránh khỏi cho mọi hiện tượng giới.

Ngày nay, trước những khám phá mới nhất của khoa học, từ thuyết tiến hóa của Darwin cho tới thuyết Big Bang về sự thành hình của vũ trụ, tất cả đều chứng tỏ vũ trụ cũng đang theo thuyết duyên khởi, giả sanh giả diệt, luôn biến động, thay đổi và đang giãn nở chuyển động. Điều này phản ánh khái niệm về "vô thường" trong Phật giáo, khuyến khích con người chấp nhận sự thay đổi và không có định kiến chấp chặc quá mức với những điều tạm thời, về "tôi" (*ngã*) và "của tôi" (*sở ngã, nhà tôi, tài sản của tôi, đất nước, thế giới của tôi*).

Các cảnh bên ngoài sẽ tan hoại
Trong thân biến hoại cũng như thế
Chỉ có thắng pháp chẳng diệt mất

Ai có trí huệ khéo quán chiếu.
(*Phật Thuyết Vô Thường Kinh*)[73]

Trong Phật giáo, "vô ngã" (*Anatta*) là một trong ba pháp

73. Phật Thuyết Vô Thường Kinh, Đường Nghĩa Tịnh dịch, Bản Việt dịch của Thích Trí Thủ.
https://phatphapungdung.com/phap-bao/kinh-vo-thuong

ấn (*ba dấu ấn của sự thật*), bên cạnh vô thường và khổ. Nó chỉ ra rằng không có một cái tôi, bản ngã cố định, thường còn và độc lập tồn tại. Mọi sự vật, hiện tượng trong vũ trụ, thế giới, thiên hà, hành tinh này đều do duyên sinh (*tức là do sự kết hợp của nhiều yếu tố mà hình thành*) và không có thực thể độc lập, riêng biệt.

Trong Kinh Na-Tiên Tỳ-kheo[74] đã cho ví dụ về chiếc xe bò như sau:

Na-tiên hỏi lại vua rằng: "Đại vương gọi tên chiếc xe bò, thật ra đâu mới là xe? Cái trục xe là xe chăng?"

Vua đáp: "Trục xe chẳng phải là xe."

Na-tiên hỏi: "Vậy vành bánh xe, càng xe, ách xe, ghế ngồi, mui... là xe chăng?"

Vua đáp: "Vành bánh xe, càng xe, ách xe, ghế ngồi, mui... chẳng phải là xe?"

Na-tiên liền hỏi: "Nói như vậy thì thật ra đâu mới là xe?"

Vua lặng thinh không đáp được.

Đại đức Na-tiên bấy giờ mới thong thả nói Kinh Phật dạy rằng, nếu hợp tất cả các yếu tố ấy lại mà làm xe, người ta sẽ có cái vật được gọi là xe. Con người cũng vậy. Như hòa hợp tất cả các yếu tố đầu, mặt, tai, mũi, lưỡi, cổ, gáy, vai, tay chân, xương, thịt, nội tạng, nhan sắc, âm thanh, tiếng vọng, hơi thở ra vào, cảm thọ khổ vui, phân biệt thiện ác... sẽ hình thành một thực thể được gọi là con người. Thế giới bên ngoài cũng vậy, hợp tất cả nguyên tử, tế bào, đất, nước, gió, lửa, không đại, thức đại... mới tạm có thiên hà, vũ trụ, mặt trời, mặt trăng.

Vô thường và vô ngã là hai tính chất, hai tự tánh của tất cả các sự vật, hiện tượng. Do vô thường, không thật nên là vô

74. Kinh Na-Tiên Tỳ-kheo.
https://phatphapungdung.com/phap-bao/kinh-na-tien-ty-kheo-163679.html

ngã, không có chủ thể:

"Đời sống của mỗi chúng ta thực chất chỉ là một chuỗi hiện tượng thân tâm, một chuỗi hiện tượng đã hoạt động vô lượng kiếp trước khi ta sinh ra và sẽ còn tiếp tục vô tận sau khi ta chết đi. Ngũ uẩn (sắc, thọ, tưởng, hành thức) này, dù riêng lẻ từng uẩn hay hợp chúng lại, chúng không hề tạo thành một cái gì gọi là Cái Ta. Ngoài chúng ra, không còn cái gì được gọi là một thể của Cái Ta độc lập với chúng, để ta tạm gọi nó là Cái Ta. Nếu tin có một cái ta, có một nhân cách độc lập thì đó chỉ là một ảo tưởng."[75]

Trái đất, hành tinh, con người loài vật đều là tạm theo lý duyên khởi đang sinh lên và diệt đi liên tục, không có cái nào là cố định, không có cái nào là thường hằng. Cho nên, Đức Phật dạy chúng ta "*Các hành là vô thường, Có sanh phải có diệt. Đã sanh, chúng phải diệt, Nhiếp chúng là an lạc*,"[76] nghĩa là tất cả các pháp đều vô ngã, hết thảy các hành đều vô thường, muôn vật sinh diệt đều do nhân và duyên.

Hết thảy vạn vật trên thế gian này rồi đều phải trôi qua đi, không có gì thường tại cả, vì thế hết thảy đều là khổ, cho đến thân người cũng vậy. Người thế gian đều nói rằng: 'Đây là thân của ta...' 'Đây là thế giới của ta' Nghĩ như vậy, nên không thể tự tại, được đạo Niết-bàn. Chỗ vui vẻ thật sự tối thượng chính là Niết-bàn không sanh, không già, không bệnh, không chết, không sầu, không ưu, hết thảy các việc ác đều tiêu diệt. "Các hành vô thường là pháp sanh diệt, sinh diệt diệt rồi tịch diệt là vui."[77]

---

75. Thuyết Tái Sinh Của Phật Giáo, Lê Sỹ Minh Tùng.
https://thuvienhoasen.org/a37826/thuyet-tai-sinh-cua-phat-giao

76. Kinh Đại bát Niết-bàn, Kinh Trường Bộ số 16.
https://phatgiao.org.vn/su-that-ve-triet-ly-vo-thuong-cua-phat-giao-d53421.html

77. Kinh Na-Tiên Tỳ kheo.
https://phatphapungdung.com/phap-bao/kinh-na-tien-ty-kheo-163679.html

7.2.3. LÝ DUYÊN KHỞI (*DUYÊN SINH*)

Lý Duyên Khởi: Lý là nguyên lý hay định lý, Duyên là điều kiện, Khởi là sanh khởi. Lý Duyên Khởi (*Dependent origination*) có nghĩa là: "Tất cả những hiện tượng thế gian khởi lên là do nhiều điều kiện hay nhiều nhân nhiều duyên mà được thành lập." hay nói ngắn gọn: "Lý Duyên Khởi là từ điều kiện này khởi ra cái khác," "Tất cả các sự vật, hiện tượng (*tất cả các Pháp*) đều phát sinh do Duyên khởi" hay "Các Pháp do duyên sinh, lại cũng do duyên diệt," đều tuỳ thuộc các duyên mà phát sinh, chứ không do Thượng Đế hay ai tạo tác cả. Chính Đức Phật và các thánh đệ tử đã thấu suốt và chứng nghiệm được sự thành hoại của vũ trụ duyên sinh.

"*Cái này có, cái kia có*
Cái này sinh, cái kia sinh."

"*Cái này không, cái kia không*
Cái này diệt, cái kia diệt."

Đây là chu kỳ sinh hóa của một chúng sinh, trong đó nói về con người là chính. Thập nhị nhân duyên cho thấy mặt vô thường của pháp. Từ nhân đến quả là một quá trình sinh diệt nối tiếp không dừng nghỉ. Nhân trước tạo ra quả sau rồi chính quả này lại làm nhân cho quả sau nữa. Vòng luân hồi tái sanh chỉ dừng, khi nào con người chuyển hóa vô minh, không tạo "hoặc-nghiệp-khổ" tức chặt một khoen thì 12 khoen Nhân Duyên không tiếp nối như bài kệ Duyên Sanh mô tả như sau:

Các Pháp do duyên sinh
Lại cũng do duyên diệt
Thầy tôi là Đức Phật
Thường giảng dạy như vậy.

(Chư Pháp tùng duyên sinh
Diệt tùng nhân duyên diệt
Ngã Phật Đại Sa môn
Thường tác như thị thuyết).

Tôn giả Xá Lợi Phất sau khi nghe bài kệ thuyết Duyên sinh do sa-môn Mã Thắng đọc, liền thấu suốt được sự thành hoại của vũ trụ duyên sinh và rất thán phục Đức Phật, nên xin Đức Phật cho xuất gia làm đệ tử. Sau này, Ngài trở thành vị đệ tử xuất chúng về Trí Tuệ đệ nhất do chứng nghiệm lý Duyên Khởi này.

Duyên khởi được mô tả một cách ngắn gọn: "Duyên khởi là do duyên mà khởi." Nghĩa là vạn pháp ở thế gian không pháp nào có thể xuất hiện một cách riêng lẻ độc lập mà phải nhờ vào duyên pháp mới sanh khởi. Pháp ở đây là chỉ cho tất cả mọi hiện tượng, mọi sự vật trên thế gian, dù đó là một ý tưởng, một nét chữ, một hơi thở, một cọng cỏ hay một con người hay cả tam thiên đại thiên thế giới, dãy ngân hà, hành tinh, thế giới, mặt trời, mặt trăng... Vì Duyên Khởi là thực lý chi phối vạn pháp nên không một pháp nào ở thế gian không là pháp Duyên Khởi. Pháp nhờ duyên mới khởi chứng tỏ pháp không có tự tánh. Vì nếu có một tự tánh thì không cần đến Duyên Pháp vẫn có thể tự khởi. Từ đó, ta có các hệ quả sau:

Vì không có tự tánh nên một khi pháp xuất hiện thì phải xuất hiện cùng với duyên của nó. Duyên và pháp đồng hiện trong quan hệ nhân duyên. Tương tự với các cặp như nhân-quả, sanh- tử, sắc-không, thời gian- không gian v.v... khi xuất hiện thì cũng phải xuất hiện đồng thời. Vì có duyên mới khởi, nên không tự tánh, không chủ thể (*vô ngã*), không có một tướng cố định, luôn dời đổi, chuyển biến trong từng sát na (*vô thường*).

Con người hiện khởi do tạo vòng Nhân duyên, nói đủ là Thập nhị nhân duyên là: Vô minh, hành, thức, danh sắc, lục nhập, xúc, thọ, ái,thủ, hữu, sanh, lão tử.[78] Vô mình là nhân, hành là quả. Hành là nhân, thức là quả v.v...

Đức Phật dạy vẽ bức tranh 12 chuỗi Nhân duyên[79] vẽ từ Vô Minh (*bà già đi trong rừng xương*) sanh Nghiệp có thể tạo thành quả một thế giới gọi là Hành (*thợ đồ gốm*). Ngoài ra, Dục giới, Sắc giới, Vô sắc giới nghiệp hay thân, khẩu, ý nghiệp đều gọi là Hành. Trong đời hiện tại lúc sơ khởi thọ thai gọi là Thức (*con khỉ chuyền cành*). Tâm, ý, ý thức cũng gọi là Thức. Thức này cùng sinh với bốn uẩn vô sắc và sắc gọi là Danh Sắc (*người lái đò chở hai thùng của Danh [tâm] và sắc [đất, nước, gió, lửa*] trên đò của mình. Từ Danh sắc có sáu căn mắt, tai, mũi, lưỡi, thân, ý gọi là Lục Nhập (*nhà có sáu cửa sổ*). Căn, trần, thức hòa hiệp gọi là Xúc (*nam nữ ngồi sát tiếp xúc nhau*). Từ Xúc có Thọ (*người tự cắm mũi tên vào mắt*). Trong Thọ có tâm đắm trước gọi là Ái (*người uống rượu say xỉn*). Do Nhân duyên khát Ái nên tìm cầu gọi là Thủ (*người vươn lên hái trái trong tay*). Từ Thủ mà có nghiệp làm nhân cho đời sau gọi là Hữu (*một phụ nữ có bầu, nhân tái sanh*). Từ Hữu lại chịu ngũ ấm của đời sau gọi là Sinh (*một hữu tình* [sattva] *ra đời có tâm thức, cảm thọ, tri giác, nhạy cảm, sức sống, và lý trí*). Từ đó, một cuộc đời bịnh, già, chết (*Lão Tử, người già chống gậy, quan tài*) bắt đầu và tiếp nối 12 vòng này không dừng. Chánh văn kinh định nghĩa Duyên khởi như sau: "*Do vô minh có hành sinh; Do hành có thức sinh; Do thức có danh sắc sinh; Do danh sắc có lục nhập sinh; Do lục nhập có xúc sinh;*

78. Kinh Tương ưng bộ II. Lý Duyên Khởi. https://giacngo.vn/duyen-khoi-post30571.html

79. Thích Nữ Giới Hương, Vòng Luân Hồi, NXB Văn Hóa, 2018. https://www.huongsentemple.com/index.php/vn/kinh-sach/tu-sach-bao-anh-lac/1900-vong-luan-hoi-thich-nu-gioi-huong

Do xúc có thọ sinh; Do thọ có ái sinh; Do ái có thủ sinh; Do thủ có hữu sinh; Do hữu có sinh sinh; Do sinh có lão tử sầu bi khổ ưu não sinh hay toàn bộ khổ uẩn sinh. Đây gọi là Duyên khởi hay Duyên sinh."[80]

Đây là 12 chi phần nhân duyên của Duyên khởi (*12 nhân duyên*) chi phối toàn bộ sinh khởi và hoại diệt của các pháp được Đức Thế Tôn xác nhận: "*Pháp Duyên khởi ấy dù Như Lai có xuất hiện hay không xuất hiện, an trú là giới tính ấy, pháp quyết định tánh ấy, y duyên tánh ấy. Như Lai hoàn toàn chứng ngộ, chứng đạt định lý ấy. Sau khi hoàn toàn chứng ngộ, chứng đạt, Như Lai tuyên bố, tuyên thuyết, khai triển, khai thị, phân biệt, minh hiển, minh thị*". [81]

Như vậy, Duyên khởi đã đưa ra một khái niệm rất rõ ràng về bản chất vô thường và hữu hạn của mọi hiện tượng thế gian bao gồm vũ trụ, thái dương hệ, loài người, loài thú, sự kiện cũng như tất cả vạn vật vô tri vô giác (*hữu tình, vô tình*).

Vũ trụ, thế giới, ngân hà có hiện khởi, sinh tồn, biến đổi hay hủy hoại là tùy thuộc vào những điều kiện như thế nào và tất cả những thống khổ nầy sẽ chấm dứt như thế nào khi vắng mặt các điều kiện đó. Cho nên, đây là luật nhân quả của vũ trụ (*Vũ Trụ-Nhân-Duyên Sanh*) và mỗi một sinh mạng của hữu tình (*Hữu tình-Nhân-Duyên Sanh*).

Khái niệm về "Trùng trùng duyên khởi" trong Phật giáo thể hiện sự kết nối không thể tách rời giữa mọi sự sống. Không một vật nào có thể tồn tại độc lập một mình mà phải nương nhiều duyên để tạm hiện khởi. Trong vật lý lượng tử, nguyên tắc về sự tương quan lượng tử mô tả mối liên kết giữa các hạt và trạng thái của chúng, nhấn mạnh sự liên kết không thể giải

---

80. Kinh Tương ưng bộ II. Lý Duyên Khởi. https://giacngo.vn/duyen-khoi-post30571.html

81. Như trên.

thích bằng các thông số độc lập.

Vật lý lượng tử là lĩnh vực khoa học chuyên nghiên cứu các quy luật vật lý của thế giới vật chất ở tầng mức vô cùng nhỏ - tầng mức của các hạt nguyên tử (*atomic*) và hạ nguyên tử (*subatomic*), tức những hạt như electron, proton, neutron, gluon, quark, neutrino...

Về mặt khái niệm, từ "quantum" trong "Quantum Physics" có nguồn gốc từ tiếng Latin, nghĩa là "đơn vị nhỏ nhất giúp cấu thành một vật chất bất kỳ". Vật lý lượng tử nhìn nhận năng lượng (*energy - được cho là thứ căn bản nhất cấu thành vũ trụ*) như một dạng vật chất[82] cũng kết hợp hỗ tương, phụ thuộc giữa các yếu tố khác nhau để tạo nên vũ trụ, thế giới, hành tinh. Điều này gọi là thể hiện lý Duyên khởi.

Phật giáo xem vũ trụ, thế giới, quang cảnh bên ngoài là y báo trong khi con người là chánh báo (*chủ nhân*). Chánh báo (*hữu tình, có tình thức*) và y báo (*vô tình, cảnh giới, dãy ngân hà*) chịu chi phối lẫn nhau theo quy luật nghiệp báo, duyên khởi và nhân quả. Sự liên kết chịu ảnh hưởng lẫn nhau của nhân và quả của quá khứ, hiện tại và tương lai, chứ không phải là tự nhiên hay ngẫu nhiên mà có thế giới, hệ mặt trời, con người, loài vật, hay sinh vật.

Hiểu vũ trụ từ góc độ Duyên Khởi của Phật giáo có thể giúp chúng ta thấy mối liên kết của cuộc đời mình với trái đất, bầu trời vũ trụ bao la, và sống hòa mình vào trật tự của thiên nhiên vũ trụ. Quá trình thấu hiểu cơ cấu của vũ trụ này, đồng hóa và biết ơn vũ trụ như chính bản thân mình sẽ dần dần dẫn đến phát triển thâm sâu về tâm linh. "Nhất thiết duy tâm tạo" nghĩa là sẽ nhận ra vũ trụ, thế giới do chính tâm mình (*biệt*

---

82. Vật lý lượng tử là lĩnh vực khoa học chuyên nghiên cứu các quy luật vật lý của thế giới vật chất ở tầng mức vô cùng nhỏ.
https://www.noron.vn/post/vat-ly-luong-tu-quantum-physics-la-gi--tai-sao-chung-ta-nen-tim-hieu-ve-no

nghiệp) và tâm của nhiều người (*cộng nghiệp*) tạo nên.

a. BỐN LOẠI DUYÊN KHỞI

1. Nghiệp Cảm Duyên Khởi:

Nghiệp cảm duyên khởi được dùng để miêu tả bánh xe sinh hóa. Trong sự tiến hành của nhân và quả, phải có định luật và trật tự.

Mọi vật trên thế gian này kể cả con người và thế giới đều cấu tạo bằng những nguyên tử của đất nước gió lửa. Ở một khía cạnh nào đó, con người và thế giới cũng là một dạng năng lượng. Vì vậy, khi thế giới hay con người tan hoại, như chuyển thành một dạng hình thức năng lượng khác để tiếp nối. Thể xác của họ không phải là thành tích hay mảnh vỡ, mà đang trải qua một sự chuyển đổi ấp ủ, ươm mầm, của cuộc sống khác. Mọi sự sống biến mất để sẽ nuôi dưỡng các sinh vật khác bằng năng lượng của mình, tạo thành một vòng tuần hoàn ở đâu đó trên hành tinh này bằng một hình thức khác, trong vòng luân chuyển thế giới và con người. Điều này nghĩa là một sinh vật chết đi hay một vi tinh tú (*ngôi sao*) tắt đi, không phải là chấm dứt mãi mãi. Ngay khi hủy diệt thì ngay đó, một đời sống khác bắt đầu trải qua một quá trình sống chết tương tự, và cứ lập lại như vậy thành một vòng tròn sinh hóa bất tận.

2. A Lại Da Duyên Khởi:

A-lại-da Duyên Khởi để giải thích căn nguyên nghiệp thức của thân, miệng, ý. Có hành động tạo tác là tạo nghiệp lành dữ, là khiến thức A-lại-da buộc vào nghiệp thức của từng loài mà tái sinh như anh thợ đồ gốm, cầm cục đất sét, nắn tròn hay vuông là tùy thuộc vào bàn tay của mình. Ý lực là một hành động của tâm, là anh lái xe điều khiển xe. Tất cả mọi hành động gieo chủng tử, đặt vào kho tàng tâm ý, tức Tàng Thức hay A Lại Da thức (*Alaya-vijnana*) để đợi đi tái sanh.

3. Chân Như Duyên Khởi:

Chân Như Duyên Khởi tức Bạch Tịnh Thức (*theo Duy Thức Học*), tức Kiến Tinh (*theo Lăng Nghiêm*) tức Pháp tánh (*theo Hoa Nghiêm*), tức Chủ Nhân Ông (*theo Thiền*) là bản thể Phật tánh ẩn tàng nơi phàm phu, là thật tánh Chân Như hiển hiện diệu dụng nơi mỗi loài hữu tình và vô tình. Chân như hay Như Lai tạng chỉ cho trạng thái bản thể chân thật của vạn hữu trong vũ trụ.

Về Thể (*tĩnh*), Chân Như Duyên Khởi là tự thân của Giác Ngộ, không liên hệ gì đến thời gian và không gian, là bình đẳng, vô thủy vô chung, vô tướng, không sắc, thuần tịnh, chân thường, chân lạc, chân ngã, chân tịnh.

Về Tướng (*động*), theo nghiệp mà Kiến tinh thấy nghe hay biết hiển hiện ra theo nghiệp thức của từng loài vì như hư không trong ly, bầu, hộp vuông, tròn, chữ nhật... thì gọi là hư không hình ly, bầu, vuông, tròn, chữ nhật (*tức mạng người, súc sanh, ngạ quỷ*). Hư không tức Kiến tinh, Chân Như Duyên Khởi vốn không hình.

Về Dụng (*uyển chuyển*), Chân Như Duyên Khởi là năng động, hiển hiện diệu dụng của Phật tánh, những biểu lộ của nó trong vòng sống-chết và có ra thế giới chúng sanh vạn tượng sum la, sắc thái của vũ trụ hiện tượng giới.

b. MƯỜI LÝ DO VẠN HỮU TRONG VŨ TRỤ HÒA ĐIỆU CỦA PHÁP GIỚI DUYÊN KHỞI[83]

1. Vì vạn vật đồng thời hiện khởi.
2. Vì vạn vật hỗ tương ảnh hưởng lẫn nhau.
3. Vì vạn vật thiết yếu hỗ tương đồng nhất (*tương hủy*

83. Giáo Sư Junjiro Takakusu, Cương Yếu Triết Học Phật Giáo, phần Vũ Trụ & Pháp Giới Theo Quan Điểm Phật Giáo. https://chuadieuphap.us/vu-tru-phap-gioi-theo-quan-diem phat-giao-song-ngu-vietnamese-english-pdf/

và tương thành) để thể hiện sự hòa điệu. Hầu hết tất cả vạn hữu đều có 10 mối quan hệ đồng nhất.[84]

4. Vì chủ và bạn thiết yếu là nhất thể, hay hòa điệu, để thành tựu mục đích.

---

84. Hầu hết tất cả vạn hữu đều có 10 mối quan hệ đồng nhất.
   1. Đồng nhất trong hình thức hai yếu tố khác biệt kết hợp nhau để thành một nhất thể. Đồng nhất tánh phải có vì hai thành tố riêng biệt được hợp thành một, như đồng đỏ và kẽm được pha trộn với nhau để tạo thành một hợp kim là đồng. Lý đồng nhất trong hình thức nầy là lối giải thích chung cho tất cả các trường phái của Phật Giáo.
   2. Đồng nhất trong bản thể có nhiều góc cạnh đối lập. Đồng nhất tánh phải có vì sấp và ngữa có thể coi như khác nhau, nhưng trong thực tế chúng chỉ là một. Có những quan điểm đối lập như là mặt trước và mặt sau của cùng một ngôi nhà. Cũng vậy, nếu đời sống được nhìn từ quan điểm mê hoặc, thì nó là đời sống; nhưng nếu nó được nhìn từ quan điểm giác ngộ thì nó là niết bàn. Cả hai thực ra chỉ là một. Một vài trường phái Đại Thừa chủ trương lối giải thích về đồng nhất trong bản thể nầy.
   3. Đồng nhất trong hình thức và bản thể như nước và sóng hay "Hiện Tượng Luận". Đồng nhất tánh phải có, vì rằng toàn diện thực thể là cái một toàn vẹn, như nước và sóng, toàn thể của nước được biểu hiện như là sóng.
   4. Vì chủ và bạn thiết yếu là nhất thể, hay hòa điệu, để thành tựu mục đích.
   5. Vì vạn vật khởi nguyên từ ý thể, do đó một ý niệm tương đồng phải được phản ảnh trong tất cả.
   6. Vì vạn vật là kết quả của nhân duyên, do đó chúng hỗ tương phụ thuộc nhau.
   7. Vì vạn vật không định tính nhưng cùng hỗ tương phụ trợ, do đó chúng tự do hiện hữu trong sự hòa điệu với tất cả.
   8. Vì vạn vật đều có Phật tánh tiềm ẩn bên trong.
   9. Vì vạn hữu, từ tối cao đến tối thấp, đều cùng chung trong một vòng tròn trọn vẹn (*mandala*).
   10. Vì có sự hỗ tương phản chiếu tất cả mọi tác dụng, như trong một căn phòng dựng các mặt kính chung quanh, sự vận động của một ảnh tượng tạo ra sự vận động của hằng nghìn phản chiếu.

   Trích trong Cương Yếu Triết Học Phật Giáo, phần Vũ Trụ & Pháp Giới Theo Quan Điểm Phật Giáo. Giáo Sư Junjiro Takakusu, https://chuadieuphap.us/vu-tru-phap-gioi-theo-quan-diem-phat-giao-song-ngu-vietnamese-english-pdf/

5. Vì vạn vật khởi nguyên từ ý thể, do đó một ý niệm tương đồng phải được phản ảnh trong tất cả.
6. Vì vạn vật là kết quả của nhân duyên, do đó chúng hỗ tương phụ thuộc nhau.
7. Vì vạn vật không định tính nhưng cùng hỗ tương phụ trợ, do đó chúng tự do hiện hữu trong sự hòa điệu với tất cả.
8. Vì vạn vật đều có Phật tánh tiềm ẩn bên trong.
9. Vì vạn hữu, từ tối cao đến tối thấp, đều cùng chung trong một vòng tròn trọn vẹn (*mandala*).
10. Vì có sự hỗ tương phản chiếu tất cả mọi tác dụng, như trong một căn phòng dựng các mặt kính chung quanh, sự vận động của một ảnh tượng tạo ra sự vận động của hằng nghìn phản chiếu.

Kinh Thánh Cầu[85] ghi sự chứng ngộ về lý Duyên Khởi của Đức Phật như sau: "*Này các Tỳ kheo, Pháp này do ta chứng đắc sâu xa, là khó thấy, khó hiểu, tịch lặng, tuyệt vời, suy lý luận, vi diệu, chỉ những người trí mới hiểu thấu. Nhưng chúng sanh thì thích thú trong dục lạc, ưa thích dục lạc, ham thích dục lạc, nên thật sự khó thấy được sự thật của các pháp là do duyên mà khởi sinh.*"

"*Này các Tỳ kheo, Duyên khởi là gì? Do duyên sanh, lão tử có mặt. Này các Tỳ Kheo! Dù chư Như Lai có xuất hiện ở đời này hay không xuất hiện ở đời, bản chất này của các pháp vẫn thế, vẫn quyết định tánh ấy, vẫn theo duyên như thế. Như Lai hoàn toàn chứng ngộ, hoàn toàn chứng Lý Duyên Khởi*". Như vậy, với cái nhìn của nhà Phật thì Duyên khởi chính là thực lý chi phối toàn bộ thế giới, vũ trụ, thiên hà, trong đó có con người.

85. Kinh Trung Bộ I – Kinh Thánh Cầu. Hòa thượng T Minh Châu dịch Việt. https://theravada.vn/26-kinh-thanh-cau-kinh-trung-bo/

7.2.4. NGHIỆP THỨC

Mọi hành động đều có kết quả, và kết quả đó sẽ tác động trở lại. Nghiệp lực của chúng sinh là yếu tố quyết định sự tái sinh của họ trong các cõi giới khác nhau.

Khởi Tín Luận định nghĩa nghiệp thức (*Skt Karma-vijnana*) là thức tánh căn bản lưu chuyển trong các loài hữu tình, là ý niệm phân biệt dựa vào căn bản vô minh khiến chân tâm nhất như bắt đầu chuyển động hay vô minh lực làm cho tâm bất giác chuyển động, là kết quả cụ thể hiện tại của những hành động trong quá khứ (*According to The Awakening of Faith, karmic consciousness; activity-consciousness in the sense that through the agency of ignorance an enlightened mind begins to be disturbed; consciousness as the result of past behavior, that is concrete consciousness in the present.*)[86]

Như vậy, nghiệp thức nghĩa là thức tình phân biệt theo thói quen khi sáu căn (*mắt, tai, mũi, lưỡi, thân ý*) tiếp xúc với sáu trần (*sắc, thanh, hương, vị, xúc, pháp*) và nghiệp thức được luân chuyển từ nhiều đời và nhiều kiếp. Kiếp này làm người, kiếp khác làm loài vật, kiếp khác ở địa ngục, thiên đàng... là những nghiệp thức do hiện tiền chúng ta gây nhân thiện ác, mà bị ác báo hay hưởng phước báo.

Đức Phật dạy khi con người chết, thân xác tứ đại bị tan hoại, nhưng trong ngũ uẩn gồm sắc, thọ, tưởng, hành, thức, phần thức tồn tại, thường quen gọi là linh hồn, tức xác thân mất, nhưng linh hồn còn. Linh hồn có hai phần là chân linh muôn đời bất biến (*tức tánh Phật Chân Như*), còn vọng thức, hay nghiệp thức thay đổi theo từng kiếp người hay vật (*vọng thức hay nghiệp thức*).

---

86. Nghiệp thức.
https://phatgiao.org.vn/tu-dien-phat-hoc-online/nghiep-thuc-k58040.html

Thức như dòng chảy liên tục của các vọng tưởng khi sáu căn (*mắt, tai, mũi, lưỡi, thân và ý*) duyên theo sáu trần (*sắc, thanh, hương, vị, xúc, pháp*) mà sanh ra sáu thức phân biệt (*nhãn thức, nhĩ thức, tỵ thức, thiệt thức, thân thức, và ý thức*) mà thân khẩu ý tạo nghiệp. Các nghiệp thức này tùy thuộc nhiều yếu tố khác mà phát sinh và Đức Phật gọi quá trình tùy thuộc phát sinh nầy là lý duyên sinh và "thức" chỉ là một mắc xích trong 12 mắc xích duyên khởi "Do thức có danh sắc sinh."[87] Chính sự tiếp nối của các ý thức tương tục như hình ảnh của con khỉ[88] chuyền cành chạy nhảy liên tục này mà thức đi tái sanh mang một thân tứ đại của "đất, nước, gió, lửa" khác, hoặc người, súc sanh...

Vì vậy, nghiệp thức không phải là một linh hồn bất tử, vĩnh hằng như quan niệm của các tôn giáo hữu thần khác. "Nghiệp thức" của Phật giáo hoàn toàn khác biệt với "linh hồn bất tử" của các tôn giáo khác như câu chuyện trong kinh Tỳ kheo Na Tiên[89] minh họa như sau:

Vua Di Lan Đà bây giờ hỏi Tỳ kheo Na Tiên rằng:

- Bạch Đại đức! Con người sau khi chết rồi, cái gì sanh trở lại?

Tỳ kheo Na Tiên liền đáp:

---

87. Do vô minh có hành sinh; Do hành có thức sinh; **Do thức có danh sắc sinh;** Do danh sắc có lục nhập sinh; Do lục nhập có xúc sinh; Do xúc có thọ sinh; Do thọ có ái sinh; Do ái có thủ sinh; Do thủ có hữu sinh; Do hữu có sinh sinh; Do sinh có lão tử sầu bi khổ ưu não sinh hay toàn bộ khổ uẩn sinh. Đây gọi là Duyên khởi hay Duyên sinh.
Kinh Tương ưng bộ II. Lý Duyên Khởi.
https://giacngo.vn/duyen-khoi-post30571.html

88. Thích Nữ Giới Hương, Vòng Luân Hồi, NXB Văn Hóa, 2018.
https://www.huongsentemple.com/index.php/vn/kinh-sach/tu-sach-bao-anh-lac/1900-vong-luan-hoi-thich-nu-gioi-huong

89. Kinh Tỳ kheo Na Tiên, Cao Hữu Đính dịch.
https://www.budsas.org/uni/u-natien/natien01.htm

- Tâu Đại vương! Đó là Danh (thọ, tưởng, hành, thức) và Sắc (thân tức là đất, nước, gió, lửa...).

- Phải chăng đó là Danh và Sắc-thân của người cũ sanh trở lại?

*- Thưa không phải Danh cũ, cũng không phải Sắc (thân) cũ sanh trở lại. Cái Danh Sắc (*thân*) của đời này làm các việc thiện ác, do nghiệp thiện ác ấy mà chuyển sanh sang một Danh Sắc (thân) khác để thọ lãnh phước báo hay tội báo đã gây ra.*

- Như vậy là không phải cái Danh Sắc (thân) cũ sanh trở lại. Thế thì đời này làm điều ác, đời sau đâu có chịu quả báo được? Và nếu không sanh trở lại nữa thì tức là đã thoát khỏi luân hồi?

- Không phải như vậy! Nếu sống ở đời mà chỉ toàn làm điều thiện thì sau khi chết có thể không sanh trở lại. Nhưng thông thường thì làm điều thiện cũng có, mà gây điều ác cũng nhiều, việc lành, việc dữ tiếp nối xen nhau không ngừng, cho nên phải sanh trở lại mà thọ báo. Làm sao thoát khỏi luân hồi được.

Qua câu chuyện cho chúng ta thấy nghiệp thức tạo thiện ác và lãnh quả lành dữ mà Đức Phật nói ở đây chính là thức tái sinh. Nghiệp lực là năng lực vô hình của nghiệp do chính chúng ta tạo ra trong kiếp quá khứ phát sinh ra một hiện tượng tinh thần nhà Phật gọi là ***thức*** tái sinh kết hợp với sự hoan hỉ khi nghiệp thức nhìn thấy cha mẹ giao hợp và gá thần thức vào tinh trùng của người cha và máu huyết của người mẹ để tạo thành sự sống cho một thai nhi hoặc noãn thai, thấp sanh với *Danh* (*tâm*) *và Sắc (thân)* tùy theo nghiệp báo mà có.

Chính nghiệp thức tạo thiện ác khiến vòng luân hồi sinh tử dài vô tận. Theo Phật giáo, cuộc đời của mỗi người là do chính mỗi người tạo ra (*không đổ thừa do ai làm*). Hạnh phúc hay đau khổ đều do mỗi người làm chủ nghiệp thức của mình như kinh Majjhima Nikàya (*Trung Bộ*), Đức Phật đã khẳng định rằng:"Con người là chủ nhân của nghiệp, là kẻ thừa tự nghiệp. Nghiệp là thai tạng mà từ đó con người được sinh ra; nghiệp là quyến thuộc, là nơi nương tựa."

Nghiệp quả ấy là giả và cũng là thật. Thật vì do nhân tạo nghiệp thiện ác nên có quả lành xấu của y báo vũ trụ, thiên hà, mặt trời, mặt trăng, tam thiên đại thiên thế giới (*6 cõi : trời, người, A-tu-la, địa ngục, ngạ quỷ, bàng sanh*) và chánh báo (*người, súc sanh, loài vật*) hiện hữu, tồn tại. Nghiệp báo là giả vì khi tỉnh ngộ không tạo nghiệp nữa thì các loài và các cõi ngân hà, vũ trụ thế giới biến mất, hành trình giác ngộ hoàn toàn không còn luân hồi hay không luân hồi, chỉ tạm gọi tánh Phật vô hình vô tướng không nghiệp thức luân hồi hiện hữu.

Trong Kinh Lăng Nghiêm, Đức Phật dạy về sự sinh khởi của thế giới do các vọng tưởng nghiệp thức như sau:

"*Cái giác thì sáng suốt, cái hư không thì không hay biết, hai cái đối đãi với nhau, thành có lay động, cho nên có phong luân nắm giữ thế giới.*

Nhân cái hư không mà sinh ra có lay động, phát minh tính cứng thì thành có ngăn ngại; các loài kim bảo đều do minh giác lập ra tánh cứng, cho nên có kim bảo nắm giữ cõi nước.

Biết cái cứng thì thành có kim bảo, rõ cái lay động, thì phong đại phát ra: phong đại và kim bảo cọ xát nhau, cho nên có hoả đại làm tính biến hoá.

Ngọn lửa xông lên, kim bảo sinh ra tính ướt, cho nên có thủy luân trùm khắp các cõi mười phương. Lửa bốc lên, nước sa xuống, giao nhau phát hiện, mà lập thành tánh cứng: chỗ ướt là bể lớn, chỗ khô là gò nổi; do cái nghĩa ấy, trong bể lớn kia, hơi nóng thường bốc lên; trong gò nổi kia, sông ngòi thường chảy xuống.

Thế nước kém thế lửa, thì kết thành núi cao, vậy nên đá núi, đập thì có tia lửa, nấu thì chảy ra nước. Thế đất kém thế nước, rút ra thành cây cỏ, vậy nên rừng rú bị đốt thì thành đất, vắt ra thì có nước.

Vọng tưởng giao xen phát sanh, xoay vần làm chủng tử cho nhau; do nhân duyên ấy mà thế giới tiếp tục."[90]

"Này A-nan, tâm Ông thô phù không ngộ được, phát minh ra cái thấy nghe hiểu biết vốn là Như Lai tạng. Ông nên quán sát bảy đại như Địa Đại (*đất*), *Thủy Đại* (*nước*), *Hỏa Đại* (*lửa*), *Phong Đại* (*gió*), *Không Đại* (*hư không*), *Kiến Đại* (*sự thấy*), *và Thức Đại* (*sự biết*) *là đồng hay khác, là không hay có, là chẳng đồng hay chẳng khác, là chẳng không hay chẳng có?*

Ông vốn chẳng biết trong Như Lai tạng, bảy đại là rõ biết sáng suốt (minh tri), *tánh biết sáng suốt* (*giác minh*) *là chân đại, tánh biết nhiệm mầu lặng lẽ trùm khắp pháp giới, bao gồm cả mười phương đâu có phương hướng nơi chốn, chỉ theo nghiệp mà phát hiện. Thế gian không biết, lầm là nhân duyên và tánh tự nhiên, đều là thức tâm phân biệt so tính, chỉ có lời nói, trọn không có nghĩa thật.*"[91]

Tại một thời điểm nào đó rất xa từ vô thủy, khi các xu hướng nghiệp thức của các chúng sinh hữu tình là những sinh thể thích hợp để tiến hóa trong vũ trụ đặc thù này được đủ duyên, thì các hạt gió (*phong luân*) bắt đầu tụ lại nhau, tạo nên gió vũ trụ. Sau đó, hạt lửa (*kim luân*) kết cấu theo cùng một cách thức tạo nên các thu nạp nhiệt lửa mạnh mẽ du hành xuyên suốt khoảng không. Tiếp theo sau đó, các giọt nước (*thủy luân*) tích tụ và tạo thành mưa như thác đi kèm với sấm chớp. Cuối cùng, hạt bụi đất (*địa luân*) tích tụ và kết hợp với những thành tố khác, bắt đầu tiếp tục sự tạo thành của sự rắn

---

90. Kinh Thủ Lăng Nghiêm, Cư Sĩ Tâm Minh dịch.
Luân Hồi trong Lăng Kính Lăng Nghiêm, Thích Nữ Giới Hương, NXB Văn Hóa Sài Gòn, 2008.
https://www.huongsentemple.com/LuanHoiTrongLangKinhLangNghiem.pdf

91. Kinh Thủ Lăng Nghiêm, Cư Sĩ Tâm Minh dịch.
Luân Hồi trong Lăng Kính Lăng Nghiêm, Thích Nữ Giới Hương, NXB Văn Hóa Sài Gòn, 2008.
https://www.huongsentemple.com/LuanHoiTrongLangKinhLangNghiem.pdf

đặc. Đất và nước giao nhau. Nước nhiều thì tạo thành sông, biển, suối, lạch. Đất nhiều hơn nước thì tạo gò nổi, núi non. Thành tố thứ năm, hư không, không gian (*không luân, các hạt vật chất cực kỳ vi tế nhỏ, những hạt không gian,*) xuất hiện; thành tố thứ sáu là thức đại (*nghiệp thức*) và thành tố thứ bảy là "*kiến đại*"...

Về tướng gọi là bảy đại bao gồm: Địa Đại (*đất*), Thủy Đại (*nước*), Hỏa Đại (*lửa*), Phong Đại (*gió*), Không Đại (*hư không*), Kiến Đại (*sự thấy*), và Thức Đại (*sự biết*) nhưng về tánh bản thể là Như Lai Tạng nhiệm mầu trùm khắp pháp giới vô hình vô tướng. Bảy Đại này được xem là những yếu tố cơ bản cấu thành nên vũ trụ và mọi sự vật hiện tượng, bao gồm cả thân và tâm của chúng ta.

Như vậy, theo vũ trụ quan Phật giáo, thế giới được cấu trúc bởi thành tố hỗ trợ như kiến đại (*bản thể tánh Phật*), thức đại (*nghiệp thức*), không đại (*không gian*) và bốn thành tố cơ bản là đất, nước, lửa, và gió. Không gian cho phép sự tồn tại và việc vận hành của tất cả thành tố khác. Nguồn gốc vũ trụ với một mớ trộn lẫn của những vật liệu hạt gió, lửa, nước, đất, hư không, năng lượng kiến đại kết hợp với nghiệp thức, tạo nên sự ra đời của các thiên hà, các ngôi sao, các hành tinh.

Đây cũng gọi là nguyên lý "Vị Nhân" (*anthropic principle:* còn được gọi là nguyên lý nhân sinh hoặc nguyên lý con người)[92] là một quan điểm triết học, nhấn mạnh rằng sự tồn tại và các đặc tính của vũ trụ mà chúng ta quan sát được có thể được giải thích hoặc hiểu rõ hơn thông qua vai trò của các quan sát viên có ý thức, tức là con người.

Nói một cách nôm na, nguyên lý vị nhân cho rằng chúng ta thấy vũ trụ, hoặc chí ít một phần của vũ trụ, như ngày nay

92. Anthropic principle: nguyên lý "Vị Nhân".
<http://en.wikipedia.org/wiki/Anthropic_principle>

là bởi vì chúng ta tồn tại. Và theo quan điểm Phật giáo, sự hình thành một hệ thống vũ trụ đặc thù được nối kết một cách mật thiết với các xu hướng nghiệp của các chúng sinh hữu tình như Tenzin Gyatso, Đức Đạt-lại Lạt-ma thứ 14,[93] nói: "Nguồn gốc của vũ trụ mặc dù nó chỉ gồm có một hỗn hợp vật chất và năng lượng vô tri giác – sự sinh thành của những thiên hà, những hố đen, các vì sao, các hành tinh, và vô số những hạt hạ nguyên tử; tuy nhiên, theo quan điểm Phật giáo, có một vấn đề quan trọng về vai trò của 'tâm thức'. Thí dụ, vốn có trong cả vũ trụ quan Thời Luân và A-tỳ-đạt-ma là ý tưởng rằng sự hình thành của một hệ thống vũ trụ đặc thù nào là được nối kết một cách mật thiết xu hướng nghiệp thức của chúng sanh. Khi vũ trụ đã tiến hóa đến một giai đoạn nơi mà nó có thể hỗ trợ cho sự sống của chúng sanh, số phận của nó trở thành bị liên lụy với nghiệp của chúng sanh, những ai sống trong nó."

7.2.5. NHÂN QUẢ

Nhân (*nguyên nhân*) quả (*kết quả*), hay còn gọi là luật nhân quả, là một khái niệm triết học và tôn giáo, đặc biệt là trong Phật giáo, chỉ mối quan hệ giữa nguyên nhân và kết quả.

Nhân Quả là quy luật vận hành tự nhiên của vạn vật và vũ trụ. Không phải do Chúa Trời, Phật hay một đấng tối cao nào tạo lập, để phạt ai làm ác hay thưởng ai làm lành. Luật vũ trụ là hễ ai gây tội ác thì không thể nào thoát được nhân quả và báo ứng dù có che mắt người thường hay luật pháp thế gian.

Nhân Quả có hai loại dựa trên lý Tứ Đế (*Khổ thánh đạo, Tập thánh đạo, Diệt thánh đạo, Đạo thánh đạo*):

1. Nhân quả thế gian: Nhân và quả luôn đồng tính,

---

93. Big Bang và Vũ Trụ Vô Thỉ Của Đạo Phật, Nguyên tác: The Big Bang and The Buddhist Beginningless Universe
Tác giả: Đức Đạt Lai Lạt Ma, Chuyển ngữ: Tuệ Uyển
https://thuvienhoasen.org/a28560/big-bang-va-vu-tru-vo-thi-cua-dao-phat

nghĩa là nhân lành thì gặp quả lành; nhân ác thì gặp quả xấu. Do huân tập tham sân si (*Tập thánh đạo*), nên tạo quả tám khổ[94] trên thế gian (*Khổ thánh đạo*). Tập là nhân, Khổ là quả. Đây là nhân quả thế gian.

2. **Nhân quả xuất thế:** Do tu tập tám con đường chân chánh[95] (*Đạo thánh đạo*) mà đưa đến kết quả tịch diệt Niết bàn (*Diệt thánh đạo*). Đạo là nhân, Diệt là quả. Đây là nhân quả xuất thế gian.

Theo quan điểm của Đức Đạt-Lai-Lạt-Ma[96] thì "toàn bộ tiến trình dàn trải của một hệ thống vũ trụ là vấn đề của luật tự nhiên về nhân quả, khởi lên từ nghiệp thức. Khi một tập hợp của các điều kiện nào đó áp đặt lên trong sự vận hành vũ trụ thì chúng sẽ có một tập hợp các hậu quả tương ứng nào đó, và luật về nghiệp, bởi đó hành động chủ tâm sẽ gặt hái về những thành quả."

Nói về nhân quả của nghiệp thức, tình là tâm ái nhiễm, dục tình, tiêu cực, chấp ngã, ích kỷ; "tình" như nước nặng nề chảy xuống trầm luân. Tưởng là lý tưởng, thánh thiện, vị tha, vô ngã nên "tưởng" nhẹ như khói để bay lên giải thoát. Theo Kinh Lăng Nghiêm,[97] Đức Phật đã chỉ ra kết quả của

94. Bát khổ (*tám nỗi khổ*) là những trạng thái khổ đau cơ bản mà con người phải đối mặt trong cuộc sống, bao gồm: sinh (*sanh khổ*), già (*lão khổ*), bệnh (*bệnh khổ*), chết (*tử khổ*), yêu (*ái biệt ly khổ*), ghét (*oán tắng hội khổ*), không được như ý (cầu bất đắc khổ), và thân (*ngũ uẩn xí thạnh khổ*).

95. Bát Chánh Đạo là con đường tám nhánh Đức Phật dạy gồm Chánh Kiến, Tư Duy, Ngữ, Nghiệp, Mạng, Tinh Tấn, Niệm, Định giúp diệt khổ và đạt giác ngộ.

96. Big Bang và Vũ Trụ Vô Thỉ Của Đạo Phật, Nguyên tác: The Big Bang and The Buddhist Beginningless Universe
Tác giả: Đức Đạt Lai Lạt Ma, Chuyển ngữ: Tuệ Uyển
https://thuvienhoasen.org/a28560/big-bang-va-vu-tru-vo-thi-cua-dao-phat

97. Kinh Lăng Nghiêm, Cs Tâm Minh dịch, Nhà xuất bản Tp HCM, trang 697-9. Mời xem Thích Nữ Giới Hương, Luân Hồi trong Lăng Kính Lăng Nghiêm, NXB Văn Hóa Sài Gòn, 2008.
https://www.huongsentemple.com/LuanHoiTrongLangKinhLangNghiem.pdf

bảy thế giới, bảy cõi thành lập là do nhân nghiệp thức Tình Tưởng của chúng sinh như sau:

1. Thuần là Tưởng bay lên sinh cõi trời, nếu tâm gồm có phúc đức trí tuệ cùng với tịnh nguyện, tự nhiên tâm khai ngộ thấy tất cả tịnh độ thập phương chư Phật, theo nguyện vãng sinh -> Do nhân nghiệp thức của thuần Tưởng này mà đưa đến kết quả tạo cõi trời hay Cực Lạc Tịnh độ...

2. Tình ít, tưởng nhiều, cất lên không xa làm phi Tiên, đại lực Quỷ Vương, phi hành Dạ xoa, địa hành La-sát, đi khắp bốn cõi trời, không bị ngăn ngại. Nếu nguyện, tâm tốt, hộ trì Phật pháp, hộ trì cấm giới, theo người trì giới, hộ trì thần chú, hộ trì thiền định, giữ yên Pháp nhẫn, thì những hạng đó, chính mình được ở dưới pháp tọa Như lai ->Do nhân nghiệp thức của Tình ít, tưởng nhiều này mà đưa đến kết quả tạo cảnh giới quỷ thần hay trời A-tu-la.

3. Tình và tưởng cân nhau, không bay lên, không đọa xuống, thì sinh nơi nhân gian; tưởng sáng suốt nên thông minh, tình u ám nên ngu độn. ->Do nhân nghiệp thức của Tình và tưởng cân nhau này mà đưa đến kết quả tạo cảnh giới loài người.

4. Tình nhiều, tưởng ít, đi vào các loại hoành sinh, nặng làm giống có lông, nhẹ làm giống có cánh. ->Do nhân nghiệp thức của Tình nhiều, tưởng ít này mà đưa đến kết quả tạo ra thế giới loài súc sinh.

5. Bảy phần tình, ba phần tưởng, chìm xuống dưới thủy luân, sinh nơi mê hỏa luân chịu khí phần của lửa hồng, thân làm Ngạ quỷ, thường bị đốt cháy, vì nước có thể hại mình, nên trải trăm nghìn kiếp không ăn, không uống. ->Do nhân nghiệp thức của Bảy phần tình, ba phần tưởng này mà đưa đến kết quả tạo cảnh giới ngạ quỷ.

6. Chín phần tình, một phần tưởng, xuống thấu qua hỏa luân, và giữa giao giới phong luân và hỏa luân, nhẹ thì sinh vào hữu gián, nặng thì sinh vào vô gián. ->Do nhân nghiệp thức của Chín phần tình, một phần tưởng này mà đưa đến kết quả địa ngục.
7. Thuần là tình, chìm sâu vào ngục A-tỳ; nếu trong tâm chìm sâu đó, lại có hủy báng Đại thừa, phá cấm giới của Phật, lừa dối nói Pháp để tham cầu tín thí, lạm nhận cung kính hoặc phạm ngũ nghịch, thập trọng thì lại còn sinh vào địa ngục A-tỳ thập phương (*ở ngục A- tỳ này nếu thiên hà sụp đổ, lại có thiên hà khác thành lập và một A-tỳ khác dành chỗ cho các chúng sinh này cho đến khi hết nghiệp tái sinh lại cõi giới khác*). ->Do nhân nghiệp thức của Thuần là tình này mà đưa đến kết quả tạo địa ngục A-tỳ.

7.2.6. SANH-TRỤ-DỊ-DIỆT HAY SINH-LÃO-BỆNH-TỬ

Sanh-trụ-dị-diệt là một khái niệm trong Phật giáo, mô tả bốn giai đoạn tuần hoàn của mọi sự vật, hiện tượng trong vũ trụ, bao gồm: Sinh (*sự hình thành*), Trụ (*duy trì*), Dị (*biến đổi*), và Diệt (*tan biến*). Đây là một phần của quy luật vô thường, chỉ ra rằng không có gì là thường hằng, tất cả đều thay đổi không ngừng

"Sinh, lão, bệnh, tử" (*sinh, già, bệnh, chết*) là một quy luật tất yếu của cuộc đời, một vòng tuần hoàn mà ai cũng phải trải qua. Nó thể hiện bốn giai đoạn cơ bản của đời người: sinh ra, lớn lên rồi già đi, mắc bệnh và cuối cùng là chết như sau:

1. Rồi tất cả chúng ta cùng muôn loài sẽ đau bịnh.
2. Rồi tất cả chúng ta cùng muôn loài sẽ già.
3. Rồi tất cả chúng ta cùng muôn loài sẽ chết.
4. Rồi tất cả chúng ta cùng muôn loài sẽ bỏ lại tất cả.

5. Rồi định luật nhân-quả, nghiệp báo sẽ theo tất cả chúng ta cùng muôn loài để tiếp tục tái sanh theo vòng lẩn quẩn của sanh-già-bịnh-chết.

Tất cả sẽ trả về với cội nguồn: cơ thể trả về cho đất, máu trả về cho nước, nhiệt trả về cho lửa, hơi thở trả về cho không khí. Cho nên, bây giờ và ở đây chúng ta tập sống bình an, khi chết sẽ bình an.

Trong vòng luân hồi hiện hữu, con người đều trải qua các giai đoạn khác nhau của cuộc đời: sinh ra, già cả, bệnh hoạn, chờ chết, còn thế giới vật chất hữu vi thì bị chi phối bởi tiến trình của sanh-trụ-dị-diệt. Chết chưa phải là chấm dứt vòng đời, mà lại tiếp nối sanh tiếp với hình thức khác. Sau khi chết thân tứ đại trả về với tứ đại, còn thần thức, thuật ngữ Phật học gọi là "**thức tái sanh**" hay "**tâm tái tục**" mang theo nghiệp cảm của người ấy tiếp tục đi đầu thai trong một kiếp sống mới hoặc làm người, trời, súc sanh, ngạ quỷ để tiếp nối vòng tròn sanh, lão, bịnh, tử hay sanh tử luân hồi.

Thế giới bị chi phối bởi quy luật thành, trụ, hoại, không, nên có "Kiếp thành, kiếp trụ, kiếp dị, kiếp hoại" là bốn giai đoạn tuần hoàn của một vũ trụ, hay một thế giới. Mỗi giai đoạn này đều có một ý nghĩa riêng, đánh dấu sự hình thành, tồn tại, thay đổi và hủy diệt của vũ trụ.

1. **Kiếp thành (*hình thành*)** là sau vụ Nổ Lớn (*Big Bang*) xảy ra cách đây khoảng 13,8 tỷ năm,[98] khối cầu nhiệt lượng nầy nổ tung ra thành vô số khối nhỏ, từ đó dần dần tạo thành hành tinh, thái dương hệ, dãy ngân hà bao la, vô số thế giới. Đó là giai đoạn khởi nguyên của vũ trụ.

   Kinh văn Thời Luân cho là trước lúc hình thành, mỗi vũ trụ đặc thù bất kỳ lưu lại trong trạng thái Không, ở

98 Bí ẩn của vũ trụ: Những gì tồn tại trước vụ nổ Big Bang? https://www.bbc.com/vietnamese/articles/cgx9nwegv4eo

đó tất cả các thành tố vật chất của nó tồn tại trong dạng tiềm năng như là "các hạt không gian".

2. **Kiếp trụ (*tồn tại*):** vũ trụ đã ổn định trật tự, các sinh vật như loài người, loài vật, cây cối xuất hiện và sự sống sinh sôi nảy nở.
3. **Kiếp hoại (*hủy hoại*):** vũ trụ bắt đầu thay đổi, cũ yếu, suy tàn. Các thế giới hiện tượng như dãy ngân hà, hành tinh, tinh tú... dần tan rã, không còn nguyên thể như bước đầu.
4. **Kiếp không (*hư không*):** vũ trụ hủy diệt, tan rã, biến mất, không còn gì tồn tại.

Trong Nhị Khoa Hiệp Giải[99] dạy mỗi giai đoạn trên đều kéo dài bằng 200 tiểu kiếp.

Cứ 20 tiểu kiếp thì tạo thành một trung kiếp.

Bốn trung kiếp sẽ tạo thành một đại kiếp, bao gồm cả bốn giai đoạn "thành, trụ, hoại, không". Trong các giai đoạn này, chỉ có giai đoạn "trụ" là có sự sống đa dạng sinh học của chúng sinh.

Con người sanh-lão-bịnh-tử và thế giới sanh-trụ-dị-diệt xoay vòng liên tục mãi mãi, không lúc nào dừng nghỉ, như bánh xe xoay tròn nên gọi là vòng luân hồi.

Chúng sanh mới sanh ra thì gọi là sanh, tiếp tục tồn tại thì gọi là trụ, chuyển biến không ngừng thì gọi là dị và cuối cùng phải chết thì gọi là diệt.

Thế giới khi còn ở thể hơi vô hình thì gọi là không, khi bắt đầu đọng lại, cho đến thành một khối đất cứng, có cây, có cỏ,

---

99. Nhị Khóa Hiệp Giải (*Thời Khóa tụng khuya và thời khóa tụng chiều*) Chú giải: Ngài Quán Nguyệt Dịch giả: HT Khánh Anh, Phật Học Viện Quốc Tế Xuất Bản, PL 2533 – 1989.
www.quangduc.com./nhi-khoa-hiep-giai-viet-dich-ht-thich-khanh-anh

có người, có vật thì gọi là thành, khi tiếp tục tồn tại không có sự thay đổi lớn lắm thì gọi là trụ. Khi bắt đầu tan rã không có người, vạn vật và cũng không còn cây cối thì gọi là hoại, và khi trở lại biến ra hơi thì gọi là không.

Thời gian của một thế giới thành rồi trụ, trụ rồi hoại, hoại rồi không thì gọi là một kiếp.

Mỗi thế giới có một trời riêng của thế giới ấy, phạm vi giáo hóa của một Đức Phật, có hàng ngàn triệu mặt trời, tức là hàng ngàn triệu thế giới, gồm lại thành một Phật sát.

Vô lượng, vô biên Phật sát kết hợp với nhau thành một tầng và độ hai mươi tầng như thế, chồng lên nhau thì thành một Liên Hoa Đài Tạng Tỳ Lô Tánh Hải Thế Giới và các hoa tạng thế giới cách xa nhau đến mức mà con người không thể nào tưởng tượng nổi (*Kinh Hoa Nghiêm, phẩm 4. Thế giới thành tựu*).[100]

Trong hàng triệu thế giới của Tỳ Lô Xá Na Phật, có thế giới đang trong giai đoạn hình thành, có thế giới đang trong giai đoạn trụ, có thế giới đang trong giai đoạn trụ đương hoại, có thế giới đang trong giai đoạn trụ đã tan rã hủy hoại thành không. Vì có vô số cõi như thế, nên không thể khẳng định thế giới nào bắt đầu bước vào trạng thái nào của sanh-trụ-dị-diệt. Thế giới Ta-bà được biết trụ khoảng 5000 năm và bây giờ là 2600 năm rồi, tức đang trong giai đoạn trụ. Từ cõi Tứ thiền[101] trở lên, thì không bị sự thành, trụ, hoại, không của thế giới chi phối, nên chúng sanh ở các cõi đó, có thể sống rất nhiều kiếp.

Các thế giới nhiều như biển, như bụi trong mười phương, sự và lý đều tương quan. Các báo cảnh đều do hạnh nghiệp

---

100. Pháp Ngữ Kinh Hoa Nghiêm, tập 1, Biên soạn: Thích Nữ Giới Hương, Giới thiệu: Hòa thượng Thích Như Minh. NXB Tôn Giáo, 2023, trang 56-92.

101. Tứ thiền là bốn cấp độ nhập định được chia ra Sơ thiền, Nhị thiền, Tam thiền và Tứ thiền. Đây là bốn cấp độ tu thiền mà người hành thiền có thể đạt được.

của chư Phật, chư Bồ-Tát, hoặc các loài chúng-sanh cảm hiện. Thành, trụ, hoại, không là một định luật tất yếu của con người và thế giới vạn tượng. Sự sinh diệt được coi là một phần của chu kỳ tiếp nối tái sanh (*phận đoạn sanh tử*) của con người, tất cả hữu tình và vô tình. Nhân sinh vũ trụ thay đổi từng giây, từng phút, từng sát na, từng ý niệm. Đây là nguyên lý về một chuỗi vô hạn của nhân quả không có đấng Thượng đế, chúa Trời hay bậc thông tuệ siêu việt đứng ra chi phối nhân quả.

7.2.7. LUÂN HỒI – TÁI SANH

Chúng sinh sau khi chết sẽ tái sinh vào một cõi giới khác, tùy thuộc vào nghiệp lực của họ. Quá trình tái sinh này diễn ra liên tục cho đến khi chúng sinh đạt được giác ngộ, giải thoát khỏi luân hồi. Vì vậy, con người xuất hiện ở trái đất này là không phải chỉ mới đây của thế kỷ 21, thật ra đã luân hồi tái sanh (*saṃsāra*) qua bao kiếp sống của nhiều thế kỷ, nhiều đời trước.

Bằng tuệ giác Túc-mạng-minh, Đức Phật đã cho biết chúng sanh đã trải qua nhiều chu kỳ kiếp số, tái sanh từ kiếp này sang kiếp khác, từ một đời đến một trăm ngàn đời với sanh ra tên đó, dòng họ đó, tuổi thọ đó, ở trong không gian cõi đó, nước đó... như sau:

"*Với tâm định tĩnh, thuần tịnh trong sáng không cấu nhiễm, không phiền não, nhu nhuyến, dễ sử dụng, vững chắc, bình tĩnh như vậy, Ta dẫn tâm, hướng tâm đến Túc mạng minh. Ta nhớ đến các đời sống quá khứ, như một đời, hai đời, ba đời, bốn đời, năm đời, mười đời, hai mươi đời, ba mươi đời, bốn mươi đời, năm mươi đời, một trăm đời, một ngàn đời, một trăm ngàn đời, nhiều hoại kiếp, nhiều thành kiếp, nhiều hoại và thành kiếp. Ta nhớ rằng:*

"*Tại chỗ kia, Ta có tên như thế này, dòng họ như thế này, giai cấp như thế này, thọ khổ lạc như thế này, tuổi thọ đến mức như thế này. Sau khi chết tại chỗ kia, Ta được sanh ra tại chỗ nọ. Tại chỗ ấy, Ta có tên như thế này, dòng họ như thế này, giai cấp như thế này, thọ khổ lạc như thế này, tuổi thọ đến mức như thế này". Như vậy, Ta nhớ đến nhiều đời sống quá khứ cùng với các nét đại cương và các chi tiết.*"[102]

Như vậy, nếu chưa giải thoát giác ngộ, nghiệp báo vay trả còn lôi kéo chi phối, chúng ta còn bị tái sanh trong sáu cõi luân hồi của cõn trời, a-tu-la, người, súc sanh, ngạ quỷ và địa ngục. Vũ trụ, trái đất, hành tinh, hệ mặt trời cũng trải qua sự chi phối của sanh-trụ-dị-diệt, và tiếp nối làm cảnh giới của tùy nghiệp thức từng loài.

Dưới cội bồ đề, Đức Phật trải nghiệm, khám phá và chứng ngộ nguyên nhân của bánh xe sanh tử luân hồi chính là tham sân si, tạo nên guồng máy 12 khoen Duyên khởi,[103] nên Ngài chuyển hóa từ "vô minh" thành "minh", từ phiền não thành bồ-đề, chấm dứt cảnh giới luân hồi như sau:

"*Ta đi lang thang trong vòng luân hồi qua bao kiếp sống, tìm mãi mà chưa gặp kẻ làm nhà. Nay ta đã gặp ngươi rồi, ngươi đừng hòng cất nhà thêm được nữa, những đòn tay, những cột kèo, những rui mè... của ngươi đã bị mục rã cả rồi...*"

(*Kinh Pháp Cú, kệ 154*)[104]

Kẻ làm nhà ở đây là lòng ái nhiễm chấp thủ, là độc

---

102. Trung Bộ Kinh (*Majjhima Nikaya*), số 36. Đại kinh Saccaka (*Mahàsaccaka* I).
https://www.budsas.org/uni/u-kinh-trungbo/trung36.htm

103. 12 vòng (*khoen*) nhân duyên là:
1. Vô minh, 2. Hành, 3. Thức, 4. Danh sắc, 5. Lục nhập, 6. Xúc, 7. Thọ, 8. Ái, 9. Thủ, 10. Hữu, 11. Sanh, 12. Lão tử.
https://phatgiao.org.vn/hieu-ve-vong-12-nhan-duyen-trong-dao-phat-d72830.html

104. Kinh Pháp Cú (*Dhammapada*), Nguyên tác Pāli, bản dịch Việt ngữ cùng với câu chuyện dẫn tích tóm tắt và chú thích, Tác giả: Nārada Mahāthera, Người dịch: Phạm Kim Khánh, 1971.
https://budsas.net/uni/u-kinh-phapcu-ev/pkk-00.htm

đầu tiên trong tam độc (*tham, sân si*). Nhà là tấm thân do ngũ uẩn (*sắc, thọ, tưởng, hành và thức*) giả hợp. Cột kèo... là những phiền não nhiễm ô. Mục rã rồi nghĩa là Đức Phật đã chinh phục, đã vượt lên trên, đã đứng ngoài sự chi phối của các tâm vọng tưởng, nên không còn bị nghiệp lực đẩy đưa, không còn tái sinh nữa. Đức Từ phụ đã dạy: "Sanh đã tận, phạm hạnh đã thành, những việc cần làm đã làm, không còn trở lại đời này nữa."[105]

Luân hồi chỉ ngừng khi chúng ta không còn tạo nghiệp. Chúng ta tin Hành là chủ động nghiệp tái sanh. Tin 12 vòng nhân duyên xoay vần như bánh xe từ vô thủy đến vô chung, bởi lẽ trong khi già bịnh vẫn ngậm vô minh, để rồi lại chuyển dần đủ 12 vòng Duyên Khởi trong cõi luân hồi.

Sống với chân thật thì sẽ được an vui vĩnh viễn mà nếu sống với vọng thân, vọng tâm, vọng thức hư vọng thì cứ vật vờ ở trong mê muội, mang thân nhiều loài, tái sanh hết kiếp này sang kiếp khác. Chúng ta tái sanh từ vô thủy tới giờ nghĩa là con số kiếp không biết bao nhiêu là cùng mà chúng ta cứ cam phận ở trong mê muội mãi cho nên Đức Phật Thích Ca nhắc nhở về luân hồi, tái sanh để chúng ta tỉnh ngộ.

7.2.8. PHÁP THÂN PHẬT LÀ BẢN THỂ CỦA VŨ TRỤ

Theo tư tưởng Phật giáo Nguyên Thủy thì Đức Phật xuất hiện và diệt độ trong vũ trụ, trong khi tư tưởng Đại thừa (*phát triển sau này*) thì Đức Phật chính là vũ trụ, tồn tại trường cữu mãi mãi. Phật giáo Đại thừa xuất hiện ở Ấn độ khoảng thế kỷ thứ I. Đại sư Huyền Trang định nghĩa cõi Ta-bà (*saha world*) là tam thiên đại thiên thế giới, là đối tượng giáo hóa của một vị Phật.

Kinh Phóng Quang Bát Nhã (*khoảng thế kỷ thứ 1 Tây lịch*)[106] mô tả: "*Nơi biên tế xa xăm tuyệt cùng của phương*

105. Trung Bộ Kinh, Majjhima Nikaya, 37. Tiểu kinh Đoạn tận ái. (*Cùlatanhàsankhaya sutta*)
https://www.budsas.org/uni/u-kinh-trungbo/trung37.htm

106. Cõi Ta-bà.https://phatgiao.org.vn/coi-ta-ba-la-gi-va-o-dau-d70778.html

Đông có một thế giới gọi là ta bà, đó là quốc độ của Đức Phật tên gọi là Thích Ca Mâu Ni Phật."

Ta-bà còn gọi là Đại thiên thế giới, là cõi mà loài người đang sinh sống.

Cuối bản Kinh A-di-đà[107] đã tán thán công đức của Đức Phật Thích Ca: "Đức Phật Thích Ca Mâu Ni Như Lai đã làm được những việc vô cùng khó khăn hy hữu. Ngài đã thành tựu giác ngộ vô thượng, ngay trong cõi thế giới ta bà, thế giới ngũ trược này."

Tư tưởng đại thừa đã khẳng định không chỉ có một vị Phật mà nhiều vị Phật ở khắp vũ trụ, gọi là các quốc độ Phật, cõi Phật hay tịnh độ như cõi Diệu Hỉ của A Súc Bệ Phật (*cách Ta-bà một ngàn quốc độ Phật về Phương Đông*), Thế Giới Tịnh Lưu Ly của Đức Phật Dược Sư (*cách xa 10 lần hơn số cõi Phật nhiều như số cát sông Hằng*) và Cực Lạc Tịnh Độ của Đức Phật A-di-đà (*vô lượng quang, vô lượng thọ*). Hay như cõi trời Đâu Suất (*một trong sáu tầng trời cõi Dục*) là trụ xứ của chư vị Bồ tát trước khi các Ngài xuất hiện trên thế gian như Đức Phật Thích Ca từ đây mà giáng xuống Nam Thiệm Bộ và hiện thời Đâu Suất là nơi Đức Phật Di Lặc, vị Phật tương lai đang lưu ngụ, hay kinh Hoa Nghiêm mô tả vô số Phật sát hải ở vô số cảnh giới Phật "*Cúng-dường tất cả chư Như-Lai, vô-biên quốc-độ đều thanh-tịnh*" (*Kinh Hoa Nghiêm, phẩm 4. Thế giới thành tựu*).[108]

A-ti-đạt-ma, một bộ luận tiền-Đại thừa, đã mô tả Đức Phật

107. Kinh A-di-đà, Hòa thượng Thích Trí Tịnh dịch.
https://loiphatday.org/kinh-a-di-da-am-nghia/
Cõi Tịnh độ.https://daibaothapmandalataythien.org/10-coi-tinh-do

108. Pháp Ngữ Kinh Hoa Nghiêm, tập 1, Biên soạn: Thích Nữ Giới Hương, Giới thiệu: Hòa thượng Thích Như Minh. NXB Tôn Giáo, 2023.
https://huongsentemple.com/index.php/vn/kinh-sach/tu-sach-bao-anh-lac/8506-phap-ngu-kinh-hoa-nghiem-ta-p-tngioi-huong

là người đạt giải thoát từ ba cõi: Dục, Sắc và Vô Sắc và trở về pháp thân thường trụ thường hằng (*Vô-dư-y Niết bàn*). Đây là mục tiêu của hành giả Phật giáo tiền Đại Thừa.

Kinh A Di Đà và Kinh Đại Vô Lượng Thọ[109] đã mô tả cõi Cực Lạc là "*Mười vạn trong số một trăm triệu cõi Phật ở về phía Tây của cõi Ta-bà.*" Thật là một con số quá xa và mênh mông.

Trong một bức phù điêu được gọi là "Pháp thần thông ở thành Xá Vệ (*Sravasti*), Đức Phật Thích Ca hiện thân như là vô số vị Phật để hàng phục các tín đồ ngoại đạo. Pháp thần thông ở thành Xá vệ là một chủ đề của tiền-đại thừa. Những bức phù điêu này cũng có thể thuyên giải bằng ý niệm của Kinh Hoa Nghiêm rằng Đức Phật hiện thân khắp nơi trong vũ trụ tức pháp thân thường hằng.[110]

Trong Phật giáo, Pháp thân (*sa. dharmakāya*) là một trong ba thân của Phật, được hiểu là thể tính chân thật, bản chất của Phật, đồng nghĩa với Chân như, là thể của vũ trụ. Pháp thân là thể tính chung của tất cả chư Phật, thường hằng, vô tướng và nhất nguyên. Nó cũng chính là Pháp (*sa. dharma*), quy luật vận hành của vũ trụ và giáo pháp do Phật truyền dạy.

i. Thể tính chân thật:

Pháp thân không phải là một hình tướng cụ thể mà là bản chất, cái cốt lõi của Phật, hay còn gọi là Chân như (*sa. tathatā*). Pháp thân chính là Tâm thức, Phật tánh, Viên giác, Như lai tạng tiềm ẩn của Vũ trụ và trong

---

109. Phật thuyết Đại thừa vô lượng thọ Trang nghiêm thanh tịnh Bình đẳng giác Kinh, Nguyên Hán bản: Ngài Hạ Liên Cư (*hội tập*)
Việt dịch: HT. Thích Đức Niệm & Cư sĩ Minh Chánh, NXB Tôn Giáo, PL. 2553 – DL.2009.
https://thuvienhoasen.org/a15649/kinh-vo-luong-tho

110. Vũ trụ quan Phật Giáo, Akira Sadakata, chuyển Việt ngữ: Trần Văn Duy, trang 212.

mỗi chúng ta.

ii. Đồng nghĩa với Chân như:

Chân như là trạng thái bất biến, vắng lặng, không bị chi phối bởi sinh, trụ, hoại, diệt, là bản chất của mọi sự vật hiện tượng.

iii. Thể của vũ trụ:

Pháp thân được xem là bản thể của toàn bộ vũ trụ, bao trùm tất cả.

iv. Pháp thân:

Pháp thân cũng chính là Pháp (*sa. dharma*), bao gồm quy luật vận hành của vũ trụ và những lời Phật dạy.

v. Sự khác biệt với Báo thân và Hóa thân:

- Báo thân (*sa. Sambhogakāya*): Thân công đức của Phật, hiện hữu trong các cõi Tịnh độ. Báo thân chính là Tánh Không trong Kinh Bát Nhã (*năng lượng chỉ là một thuộc tính của Báo thân*),
- Hóa thân (*sa. Nirmānakāya*): Thân Phật thị hiện trong cõi luân hồi để cứu độ chúng sinh. Hóa thân chính là thân vật chất thị hiện độ sanh.
- Đạo Phật có mô hình Pháp thân, Báo thân và Hóa thân, cùng với cấu trúc năng lượng, vật chất và thời gian của Einstein có mối quan hệ chặt chẽ. , xin nhắc lại nhà Phật xem thời gian là sát-na (*tiểu niệm*) của tâm thức thì ta có mối quan hệ mới: Năng lượng, vật chất và tâm thức, có thể thấy sự tương đương.

vi. Sự chứng ngộ Pháp thân:

Việc chứng ngộ Pháp thân là mục tiêu cao nhất của Phật giáo, giúp hành giả đạt được trí tuệ siêu việt và giải thoát khỏi luân hồi.

Pháp thân là thể tính cao nhất, bản chất chân thật của Phật, là nền tảng của mọi hiện tượng trong vũ trụ, là mục tiêu hướng tới của những người tu Phật.

Đền tháp Borobudur ở đảo Java, Indonesia là một kiến trúc mô tả sự kỳ diệu của tầng tầng thế giới, diệu dụng của Pháp thân Tỳ-lô-Xá-Na hiển bày.

Đền Borobudur là kỳ quan Phật Giáo lớn nhất thế giới và đã được UNESCO xếp vào di sản thế giới năm 1991. Đền được xây dựng theo phong cách kiến trúc Phật giáo Java dưới triều đại Sailendra vào thế kỷ 8 & 9, cùng thời điểm với tượng Đại Phật của Chùa Đông Đại ở Nara. Điều này chứng tỏ rằng các khái niệm của kinh Hoa Nghiêm hay Đại thừa đã được lan tỏa khắp thế giới Phật giáo vào thời này.

Borobudur được xây dựng theo hình mẫu Mạn-đà-la (*mandala*), một biểu tượng của vũ trụ trong Phật giáo Đại thừa. Ngôi đền có chín tầng, tượng trưng cho các cấp độ tu hành trong Phật giáo, từ cõi dục giới đến cõi vô sắc.

Thế giới quan Hoa Nghiêm nhìn thấy pháp thân Phật trong tất cả mọi thứ quanh ta và khắp vũ trụ. Liên-hoa Đài Tạng Tỳ-lô Tánh Hải có nhiều tầng. Tầng thế giới Liên Hoa Đài Tạng thường trụ thường hằng khắp nơi mà các tầng tháp đã mô tả vô lượng vô biên các cảnh giới Phật hay khoa học ngày nay đã thấy vô số vũ trụ, ngân hà, thiên hà, hành tinh, mặt trời, mắt trăng, sao hỏa tinh tú, ở xa vô số cách nhau hàng triệu năm ánh sáng, hàng tỷ năm thời gian....

Tác giả T.N. Giới Hương (đắp y vàng) và quý Phật tử viếng đền Borobudur ở đảo Java, Indonesia ngày 16/11/2019

Nhìn lại các triết lý về vũ trụ của Phật giáo Nguyên Thủy và Đại thừa, chúng ta thấy những gì trong Kinh Phật đã nói cách đây 2600 năm thì ngày nay nó sẽ trở nên rõ ràng rằng Phật giáo và vũ trụ quan hiện đại, quả là không quá cách xa nhau mấy. Phật giáo vốn là siêu khoa học, đã thấy luôn bản chất tánh Phật hay Pháp thân thường trụ là bản thể của vạn tượng. Sự hiện hữu của vũ trụ quan Phật giáo cho thấy triển vọng về một thế giới quan mới hợp nhất giữa khoa học và Phật giáo.

7.2.9. PHÁP GIỚI ĐỒNG NHẤT THỂ

7.2.9.a. ĐỊNH NGHĨA

Pháp giới (*s: dharma-dhātu, p: dhamma-dhātu*) nghĩa là chỉ cho sự vật vốn có của đối tượng duyên vào ý thức, là một trong 18 giới (*sáu căn, sáu trần và sáu thức*).

Pháp Giới chỉ cho hết thảy các pháp Hữu Vi (*thế giới, vũ trụ, và Vô Vi*). Về ngữ nghĩa mà nói, giới có nghĩa là "chủng tộc sanh gốc"; tỷ dụ như trong núi tàng chứa các loại khoáng sản như vàng, bạc, v.v.; trong thân con người có đầy đủ các pháp mắt, tai, mũi, v.v., mỗi thứ đều tự tương tục mà sanh khởi. Hay giới còn có nghĩa là "chủng loại khác nhau"; tức là tự tánh của các pháp đều khác nhau.

Pháp giới có ba nghĩa: Trong Hoa Nghiêm Tông, Hoa Nghiêm Kinh Thám Huyền Ký (*Taishō Vol. 35, No. 1733*) quyển 18 có nêu ra ba nghĩa của Pháp Giới là:

(1) Nhân sanh ra Thánh pháp,

(2) Thể tánh chân thật của các pháp

(3) Các pháp đều giữ sự phân chia đồng nhau, có thể phân biệt tướng trạng. Đồng thời, nương theo hạnh nguyện của Bồ Tát Phổ Hiền mà nhập vào Pháp Giới.

Năm Pháp giới của Hữu vi và Vô vi:

(1) Hữu Vi Pháp Giới,

(2) Vô Vi Pháp Giới,

(3) Pháp Giới vừa là Hữu Vi vừa là Vô Vi,

(4) Pháp Giới chẳng phải là Hữu Vi và cũng chẳng phải Vô Vi,

(5)Vô Chướng Ngại Pháp Giới, Pháp Giới không chướng ngại.

Năm loại sai biệt của Pháp giới là:

(1) Pháp Pháp Giới,

(2) Nhân Pháp Giới,

(3) Nhân Pháp Câu Dung Pháp Giới (*Pháp Giới dung nhiếp của người và pháp*),

(4) Nhân Pháp Câu Mẫn Pháp Giới (*Pháp Giới không có người và pháp*),

(5) Vô Chướng Ngại Pháp Giới.

Tứ Pháp giới: Nếu quán từ hiện tượng và bản thể, có thể chia ra làm bốn nghĩa, gọi là Tứ Pháp Giới:

(1) Sự Pháp giới: Pháp chỉ cho vạn pháp, giới là phân giới; các pháp đều vốn có tự thể mà phân giới bất đồng, bèn cấu thành trăm ngàn sai khác hiện tượng giới; đó gọi là Sự Pháp Giới.

(2) Lý Pháp giới: Hiện tượng của các pháp tuy rất nhiều, nhưng thể tánh chân thật của nó thì thường trụ bất biến, bình đẳng nhất như, vượt qua cả ngôn ngữ, văn tự, là cảnh giới của Thánh trí vắng lặng; đó gọi là Lý Pháp Giới.

(3) Lý sự vô ngại Pháp giới: Hiện tượng giới và bản thể giới có mối quan hệ nhất thể không hai; mỗi một pháp của chúng, tương tức tương nhập, một với nhiều không ngăn ngại, tự nhiên viên dung; đó gọi là Lý Sự Vô Ngại Pháp Giới.

(4) Sự sự vô ngại Pháp giới: Hết thảy hiện tượng giới có tác dụng hỗ tương lẫn nhau, một là tất cả, tất cả là một, trùng trùng vô tận, sự sự vô ngại; đó gọi là Sự Sự Vô Ngại Pháp Giới.

Pháp giới Duyên Khởi: Do vì duyên khởi trùng trùng vô tận, nên gọi là Pháp Giới Duyên Khởi.

Pháp giới của Mật giáo:Mật Giáo lấy sáu đại: đất, nước, lửa, gió, không, thức làm thể tánh của Pháp Giới; cho đó là Tam Ma-da Thân của Đại Nhật Như Lai (*s: Vairocana*). Cung điện của Ngài gọi là Pháp Giới Cung, định của Ngài là Pháp

Giới Định, ấn quyết là Pháp Giới Định Ấn, năng lực gia trì là Pháp Giới Gia Trì.

Pháp giới Thể Tánh Trí: Mật Giáo còn thuyết về Ngũ Trí Ngũ Phật, lấy đức Đại Nhật Như Lai biểu thị cho Pháp Giới Thể Tánh Trí.

Thập Pháp giới : Thiên Thai Tông thì lấy 10 Giới Địa Ngục, Ngạ Quỷ, Súc Sanh, A Tu La, Người, Trời, Thanh Văn, Duyên Giác, Bồ Tát, Phật gọi chung là Thập Pháp Giới.

Pháp giới chư Phật: Trong Bồ Tát Anh Lạc Bổn Nghiệp Kinh (*Taishō Vol. 24, No. 1485*) quyển Thượng có đoạn rằng: "*Trong một Pháp Giới, có Ba Cõi báo, hết thảy pháp hữu vi, là phàm là thánh, là thấy chấp, là pháp nhân quả, không ra khỏi Pháp Giới; chỉ có một mình Phật, ở ngoài Pháp Giới.*" Hay trong Đại Phương Quảng Phật Hoa Nghiêm Kinh (*Taishō Vol. 10, No. 279*) quyển 6, Phẩm thứ 2, Như Lai Hiện Tướng, lại có đoạn: *"Thân Phật tròn đầy nơi Pháp Giới, hiện khắp trước mặt các chúng sanh, tùy duyên cảm ứng cùng nơi chốn, vẫn luôn an trụ Bồ Đề tòa."*[111]

7.2.9.b. VẠN PHÁP ĐỒNG NHẤT THỂ

Theo tư tưởng đại thừa (*Phật giáo phát triển sau này*) trong vũ trụ, tất cả mọi hiện tượng vật chất, sơn hà đại địa núi sông đất liền đều có đồng bản thể chung, tánh như hư không, nên chúng dung thông lẫn nhau như bình vuông, tựa có hư không vuông; bình tròn tựa có hư không tròn, nhưng bản thể và hình tướng thật của hư không, vốn không, nên bất cứ bình tròn, vuông, dài ngắn đều để được trong không gian hư không. Cũng vậy, Kinh Phật trình bày cảnh giới bất tư nghì giải thoát do tâm sanh. Tâm là thực thể của vạn pháp. Tâm chứng ngộ thấy tánh thì mọi hiện tượng trong pháp giới vũ trụ này với Tâm là một, vạn pháp đồng nhất thể. Tánh,

111. Pháp giới, Tự điển Phật học online. https://phatgiao.org.vn/tu-dien-phat-hoc-online/phap-gioi-k4929.html

tướng, dụng thể đều đồng một nguồn Chân Tâm như hư không nên Bát Nhã Tâm Kinh gọi là "Sắc chính là Không. Không chính là Sắc,"[112] đồng một thể tánh. Đạo Phật nhìn thấy được về tướng của vũ trụ và muôn loài thì do đất nước gió lửa cấu thành, còn bản thể của các hiện tượng thế giới vũ trụ đều xuất phát từ Chân Không (*tánh Phật, đồng một thể*).

Đạo học và Triết học cả phương Đông lẫn phương Tây cũng có khái niệm thiên địa vạn vật đồng nhất thể như Lão Tử trong Đạo Đức Kinh nói nhất thể này qua chữ "Đạo" như sau: "Đạo sinh nhất, nhất sinh nhị, nhị sinh tam, tam sinh vạn vật"[113] nghĩa là Đạo chính là nguồn gốc của vạn vật, như vậy vạn vật xuất phát từ một thể đồng nhất là Đạo.

Lý thuyết hiện đại về vạn vật đồng nhất thể còn được bổ sung bởi hiện tượng một hạt photon (*ánh sáng*) có thể xuất hiện đồng thời ở vô lượng vô biên vị trí khác nhau trong vũ trụ mà thí nghiệm của Maria Chekhova và các đồng sự tại Viện Khoa học Ánh sáng Max Planck và Đại học Moscow tiến hành năm 2012 đã chứng tỏ. Các thí nghiệm này[114] xác nhận rằng các lượng tử (*ví dụ hạt photon*) có những tính chất kỳ bí không thể tưởng tượng nổi. Đó là không có số lượng, một hạt photon có thể xuất hiện đồng thời ở 100.000 vị trí khác nhau thì nó trở thành 100.000 hạt photon. Con số 100.000 cũng không phải là giới hạn, con số có thể lên đến vô cực. Thí nghiệm này có ý nghĩa về triết học hết sức quan trọng, đó là không gian, thời gian, số lượng vật chất chỉ là ảo tưởng. Toàn bộ vũ trụ vạn vật về vật chất thật ra chỉ là một hạt lượng tử mà thôi, tức giả tạm, không thật. Không phải là không có,

---

112. Bát Nhã Tâm Kinh.
https://phatphapungdung.com/bat-nha-tam-kinh-han-vie

113. Truyền Bình, Thiên địa vạn vật đồng nhất thể.
https://phatgiao.org.vn/thien-dia-van-vat-dong-nhat-the-d23067.html

114. Như trên,

nhưng đủ duyên theo nhà Phật thì sẽ hiện ra vì đồng nhất thể, tức chỉ là một tâm, một thể tánh gọi là Phật tánh, Chân Như.

Các cấu trúc ảo của thế giới vật chất (*y báo*), tự nó không có thật. Con người với các giác quan và bộ não (*hữu tình giác*) cũng là một cấu trúc cơ qua xác thịt ảo, nhưng trong đó nó có khả năng tri giác (*chánh báo*), có tánh hay biết phân biệt (*chức năng của tánh Phật*) cảnh giới y báo xung quanh của mình như núi, sông, đất liền, mặt trời, mặt trăng, tinh tú, thiên hà, vũ trụ. Vì tất cả chỉ là tưởng tượng chứ không có thật, nhưng chúng sinh tưởng là thật, nên Phật mới nói đó là vọng tưởng, không thật như Kinh Lăng Nghiêm đã khẳng định:

"Năm ấm[115,] *sáu nhập*[116,] *mười hai xứ,*[117] *mười tám giới,*[118] *nhân duyên hòa hợp hư vọng có sinh, nhân duyên biệt ly hư*

---

115. Năm ấm: sắc ấm, thọ ấm, tưởng ấm, hành ấm và thức ấm.
Gồm có: 1. Sắc ấm (色陰– *Phạn ngữ: Rpa*): Năm căn, năm trần và những vật hữu hình;
2. Thọ ấm (受陰– *Phạn ngữ: vedan*): Đối cảnh sanh cảm thọ vui sướng, buồn khổ hoặc không vui không khổ;
3. Tưởng ấm (想陰– *Phạn ngữ: saṃjđ Pli: sađđ*): Đối cảnh nhận ra sự đen, trắng, nhỏ, to, dài, ngắn, đàn ông, đàn bà.v.v...;
4. Hành ấm (行陰– *Phạn ngữ: Saṃskra Pli: saṅkhra*): Đối cảnh sanh lòng ham muốn hoặc ghét giận;
5. Thức ấm (識陰– Phạn ngữ: vijđna, Pli: viđđạna): Đối cảnh liền nhận biết, phân biệt. Năm ấm cũng được gọi là năm uẩn (*Ngũ uẩn* — 五蘊).
https://phatgiao.org.vn/tu-dien-phat-hoc-online/nam-am

116. Sáu nhập (*hay còn gọi là Lục nhập hoặc Lục xứ*) là một thuật ngữ chỉ về sáu cặp cơ quan cảm giác và đối tượng của chúng, bao gồm: mắt và sắc trần, tai và thanh trần, mũi và hương trần, lưỡi và vị trần, thân và xúc trần, ý và pháp trần. Nó là một phần quan trọng trong giáo lý về duyên khởi và sự hình thành nhận thức của con người.

117. Mười hai Xứ là cơ sở giao tiếp giữa con người với thế giới thực tại khách quan, bao gồm sáu nội xứ (thuộc về tự thân) và sáu ngoại xứ (*thuộc về ngoại cảnh*). Sáu nội xứ là: mắt, tai, mũi, lưỡi, thân và ý thức. Sáu ngoại xứ là: hình thể, âm thanh, hương khí, mùi vị, sự tiếp xúc và các sự vật hiện tượng (*sắc, thanh, hương, vị, xúc, pháp*).

118. Mười tám Giới là cơ sở giao tiếp toàn diện của con người với thế giới thực tại khách quan, bao gồm: sáu nội xứ, sáu ngoại xứ và sáu tình thức của mắt, tai,

vọng gọi là diệt. Mà không thể biết sinh, diệt, đi, lại... vốn là tánh chân như viên diệu, không lay động, Như Lai tạng thường trụ diệu minh. Thế gian không biết, lầm cho là nhân duyên và tánh tự nhiên. Thật ra đều do ý thức phân biệt so đo, chỉ có lời nói suông, hoàn toàn không có nghĩa chân thật."[119]

Năm ấm, sáu nhập, mười hai xứ, mười tám giới tức bao gồm cả cuộc đời mình, người và toàn thế giới. Tất cả vận hành được là do tánh Phật, chân như viên diệu, không lay động, Như Lai tạng thường trụ diệu minh. Đây là cái Nhất Thể của vạn vật, khác với 'Đạo' trong đạo Lão hay khác với "các lượng tử" của khoa học. Các nhà khoa học nhìn nhận toàn bộ vũ trụ có thể quy về lượng tử, đó là một thể đồng nhất. Nhà Phật nhìn ra cái sống động tinh hoa bên trong bản thể chi phối lượng tử để tùy ý vẽ nên vũ trụ vạn vật mới thực là rốt ráo, là Phật tánh, là cái nhất thể của vạn vật.

Đức Phật Tỳ-lô-giá-na vận dụng tánh nhất thể này mà vẽ lên cảnh giới Liên-hoa-đài tạng-tỳ-lô-tánh-hải. Đức Phật A Di Đà đã điều khiển lượng tử để hình thành cõi giới Tây phương Cực lạc. Đông phương Giáo chủ Tiêu-tai-diên-thọ vận dụng Tánh thể đồng nhất vô bịnh, vô sinh, vô diệt này để điều khiển lượng tử hình thành thế giới Dược Sư Lưu ly Quang Vương Phật... để nhậm vận tùy duyên giáo hóa chúng sanh.

6.2.10. CẢNH GIỚI CỦA TỰ TÁNH DI ĐÀ, DUY TÂM TỊNH ĐỘ

6.2.10.a. ĐỊNH NGHĨA

Chữ "Nam mô A-di đà Phật": Nam mô nghĩa là cung kính. A-di-đà nghĩa là Vô Lượng Quang (*ánh sáng vô hạn*), Vô Lượng Thọ (*tuổi thọ vô cùng*). Mục đích của niệm Phật, chính

mũi, lưỡi, thân và ý (*nhãn thức, nhĩ thức, tỷ thức, thiệt thức, thân thức và ý thức*).

119. Thích Nữ Giới Hương, Luân Hồi trong Lăng Kính Lăng Nghiêm, NXB Văn Hóa Sài Gòn, 2008.
https://www.huongsentemple.com/LuanHoiTrongLangKinhLangNghiem.pdf

là tự nhắc mình trở về tự tánh thường chiếu sáng như trí tuệ và vĩnh hằng trường thọ (*không sanh già bịnh chết*) trong chính muôn loài.

Khi chánh niệm trì danh hay quán tưởng danh hiệu A-di-đà (*thật tướng niệm Phật*) là trở về với tự tánh, bản tâm, thì sẽ thấy sơn hà đại địa, tinh tú, ngân hà, gò nổi, hầm hố...đều là đất tịnh, đều sáng, đều bình an và thường hằng vĩnh viễn, bởi vì "Tâm tịnh thì thế giới tịnh. Tâm bình thì thế giới bình," nên mới gọi là "duy tâm tịnh độ" tức tịnh từ tâm mình.

Đối với người mới tu tập, thường nghĩ mình là phàm, Phật A Di Đà là thánh; cõi người đau khổ và cõi Tịnh độ hạnh phúc, hai ranh giới khác nhau. Niệm Phật để cầu Phật gia hộ, cho mình và cảnh giới mình đang sống thanh tịnh, bình an. Thật ra, Phật A Di Đà và chúng ta là một mà cũng là hai. Là hai, nhưng cũng là một. Đứng về tánh, thì muôn loài đồng thể với Phật A-di-dà nên quốc độ ta-bà của loài người thể tánh là tịnh độ. Đứng về tướng, vì chúng ta bị nghiệp thức trói buộc, nên thấy các cảnh giới thiên hà, tinh tú, mặt trời, mặt trăng, các cõi sai khác.

"Di Đà Tự tánh" hay "Duy tâm Tịnh độ" nghĩa là bản thể của thế giới và muôn loài là tánh Phật A-di-đà. Cõi tịnh độ nơi mà dân chúng cực lạc đang trú ngụ là từ tâm của mình và Phật tạo ra, nên gọi là "duy tâm". Đây là thuật từ thường được dùng cho những hành giả tu theo pháp môn Tịnh độ, mà thật ra ý nghĩa là chung cho tất cả các bộ phái. Danh từ có khác, nhưng ý nghĩa rốt ráo là cảnh giới bên ngoài dù phàm, thánh, cực lạc hay cực khổ đều từ tâm, từ bản tánh Phật của mỗi chúng ta tạo ra.

6.2.10.b. THỌ DỤNG TỰ TÁNH DI ĐÀ, DUY TÂM TỊNH ĐỘ

Ai sẽ là người hưởng được cảnh giới an vui của "Di Đà Tự tánh" hay "Duy tâm Tịnh độ"?

Chúng ta thường thấy có hai: chủ thể là mình (*người thực tập niệm Phật*) và khách thể (*đối tượng Phật và thánh chúng*) nên cho rằng Phật là một thực tại bên ngoài ta ở phương Tây. Nhưng nếu chúng ta đã thực tập sâu sắc và hiểu ý nghĩa "Bản tánh Di-đà, duy tâm Tịnh-độ" thì Phật Di Đà sẽ trở thành một thực tại, ngay trong tự tâm của muôn loài. Vì vậy, Thiền sư Nhất Hạnh[120] dạy:

"*Dù Bụt ở trong Tịnh Độ hay Bụt ở ngoài Tịnh Độ thì Ngài vẫn luôn có mặt trong tâm ta, và khi đó, tâm ta chính là Tịnh Độ. Bụt A Di Đà có mặt trong tâm mình và Tịnh Độ cũng có mặt ngay ở trong tâm mình. Đó gọi là "Duy tâm Tịnh Độ*". Ý niệm Tịnh Độ là một thực tại ở ngoài, nằm về phương Tây chẳng qua chỉ là ý niệm ban đầu. Nếu thực tập giỏi thì ta sẽ thấy sâu hơn rằng Bụt A Di Đà và cõi Tịnh Độ không phải chỉ nằm ở phương Tây mà còn nằm ở trong tâm mình và ở cả mọi phương. Như vậy, cả người thực tập giỏi lẫn người thực tập chưa giỏi đều đạt tới kết quả, nhưng đối với người tu tập giỏi thì kết quả rất lớn, còn người tu tập chưa giỏi thì kết quả vừa vừa."

Như vậy, cảnh giới của "Di Đà Tự tánh" hay "Duy tâm Tịnh độ" là cảnh giới của tự tánh và bản tâm. Tịnh độ là trở về thế giới của tự tâm - không phải bên ngoài, không phải phương Tây và không phải đợi chết mới vãng sanh về Cực Lạc. Bởi vì cõi Ta-bà cũng như cõi Tịnh độ đều không ngoài bản tâm. Tây phương Cực Lạc là cõi có thật như cõi Ta-bà của chúng ta.

Thọ dụng tức hưởng thọ, sử dụng được bản tánh Di Đà vốn tịnh của muôn loài. Phật A-di-đà có mặt trong tâm mình và Tịnh Độ cũng có mặt ngay ở trong tâm mình. Phật và Bồ

---

120. Thích Nhất Hạnh, Thiết lập tịnh độ: Kinh A Di Đà thiền giải. https://quangduc.com/a10737/thiet-lap-tinh-do

tát đã chứng pháp thân thanh tịnh, đã có mặt trong tâm mình mới đủ năng lực để hiển thị cảnh giới "Bản tánh Di-đà, duy tâm Tịnh-độ" và luôn luôn tự tại thong dong trong mọi cảnh giới dù có đến địa ngục hay trại tù, thì các Ngài vẫn hoàn toàn giải thoát vẫn trú trong lực định an tịnh, nên ở đâu đối với các Ngài vẫn là tịnh độ như Tổ Trí Giả nói: "***Khi tâm thanh tịnh thì cõi Phật cũng thanh tịnh***."

6.2.10.c. CẢNH GIỚI CỦA TÍN-HẠNH-NGUYỆN

Tâm chúng ta chính là cõi Phật, ngoài tâm này thì không có Tịnh Độ.[121] Vũ trụ sanh khởi do có ngã chấp và pháp chấp. Nhân đó ngã tướng và pháp tướng giả lập các loại danh xưng và ngôn từ về thế giới, hành tinh, mặt trời, mặt trăng, tinh tú, con người và muôn loài. Khi có các sự vật thì có ngôn từ thiết lập sai biệt, chúng ta theo đó sanh khởi tâm thương ghét, tốt xấu.. sanh khởi sáu nẻo luân hồi. Do đó, để thiết lập tịnh độ của tình yêu thương thường hằng vĩnh viễn (*vô lượng thọ*), trí tuệ sáng suốt (*vô lượng quang*), chúng ta dùng ba nguồn năng lượng "tín-nguyện-hạnh" để tạo cảnh giới tịnh độ.

Tín: Chúng ta nuôi dưỡng lòng tin rằng Tịnh Độ bắt đầu có mặt ở nơi ta và ta bắt đầu đi tìm kiếm con đường xây dựng Tịnh Độ để nương náu, vui sống, tin tưởng và thực tập.

Nguyện: Phát nguyện thành lập được một cõi Tịnh Độ ngay tại đạo tràng và xứ sở của mình để cùng nhau nương tựa và tu tập.

Hạnh: Thực hành Tịnh Độ tức là biến niềm tin và bản nguyện Tịnh Độ trở thành hiện thực trong đời sống hàng ngày, bằng cách niệm Phật, niệm Pháp, niệm Tăng, nghĩa là luôn luôn nuôi dưỡng chánh niệm trong từng giây từng phút,

---

121 Pháp Sư Tịnh Liên, Tự Tánh Di Đà, Duy Tâm Tịnh Độ, Bài khai thị của bậc thầy tôn quý, Thích Đức Trí chuyển ngữ.
https://thuvienhoasen.org/a26924/tu-tanh-di-da-duy-tam-tinh-do

để các vọng tâm tiêu cực, không có điều kiện sinh khởi. Mỗi khi thực hành đời sống Tịnh Độ, đạt tới nhất tâm bất loạn, thì Tịnh Độ hiện tiền. Bấy giờ dầu ta không cầu sinh Tịnh Độ mà Tịnh Độ vẫn hiện bày trong đời sống của ta.

Cho nên, mỗi tiếng niệm Phật với tín-nguyện-hạnh là nguồn năng lượng giúp ta thiết lập cảnh giới "Di Đà Tự tánh" và "Duy tâm Tịnh Độ" tại dãy ngân hà, hành tinh xanh này. Cảnh giới đó, "*độ tận chúng sanh vô biên chúng sanh trong tự tánh, đoạn tận phiền não vô lượng trong tự tánh của chúng ta, tu học pháp môn vô lượng trong tự tánh và thành tựu Phật A Di Đà trong tự tánh của chúng ta.*"[122]

6.2.11. PHÁP GIỚI VIÊN DUNG VÔ NGẠI

"Pháp giới viên dung vô ngại" là một khái niệm trong Phật giáo chỉ sự liên kết, tương dung và không có trở ngại giữa các cõi trong Pháp giới. Điều này mô tả một cảnh giới thực tại lý tưởng mà tất cả vạn vật đều tồn tại trong sự hòa hợp, tương dung, không có ranh giới và tác động lẫn nhau một cách vô hạn.

Pháp giới là toàn bộ vũ trụ, bao gồm tất cả các cõi, các hiện tượng và các mối quan hệ giữa chúng.

Viên dung có nghĩa là sự hòa hợp, thông suốt đầy đủ, trọn vẹn. Các cõi trong Pháp giới không tách rời nhau mà liên kết, tương dung, cùng tồn tại trong một thể thống nhất. Đây là cái nhìn hình tướng toàn thể các biệt thể hợp thành tổng thể, Đây là diệu dụng của tánh thể Chân như.

Vô ngại có nghĩa là không có sự ngăn cách, không có trở ngại. Mọi sự vật, hiện tượng trong Pháp giới đều tác động qua lại lẫn nhau, không có cản trở. Điều này hàm ý giải thoát

---

122 Pháp Sư Tịnh Liên, Tự Tánh Di Đà, Duy Tâm Tịnh Độ, Bài khai thị của bậc thầy tôn quý, Thích Đức Trí chuyển ngữ.
https://thuvienhoasen.org/a26924/tu-tanh-di-da-duy-tam-tinh-do

khỏi mọi trói buộc của chấp trước và nghiệp chướng, nên tương quan liên kết giữa các biệt thể bên trong cảnh giới các cõi được nhìn từ quan điểm viên dung.

Pháp giới viên dung vô ngại có năm nghĩa:

1. **Tính liên kết:** Tất cả các cõi, các hiện tượng trong Pháp giới đều có mối liên hệ mật thiết với nhau. Một sự thay đổi nhỏ ở một nơi cũng có thể ảnh hưởng đến toàn bộ Pháp giới.
2. **Tính tương thuộc:** Mọi thứ đều phụ thuộc lẫn nhau để tồn tại. Không có sự vật nào tồn tại độc lập mà không liên quan đến các sự vật khác, gọi là trùng trùng duyên khởi.
3. **Tính không giới hạn:** Pháp giới không có biên giới, không có giới hạn. Nó là một thực tại vô tận, vô biên.
4. **Tính bình đẳng:** Mọi cõi, mọi hiện tượng đều bình đẳng, không có cõi nào cao hơn hay thấp hơn.
5. **Tính giải thoát:** Hiểu được "Pháp giới viên dung vô ngại" có thể giúp chúng ta vượt qua những giới hạn, những rào cản trong nhận thức và hành động, hướng đến tâm giải thoát, giác ngộ.

Kinh Hoa nghiêm[123], một trong các kinh lớn của Đại thừa, đã miêu tả sống động thế giới viên dung vô ngại với năm đặc điểm huyền diệu như sau:

1. Pháp giới bao trùm vô lượng vô biên cảnh giới các cõi. Một cõi trong Pháp giới có thể vô cùng lớn hay vô cùng bé tùy theo nấc thang đo lường hay vị trí thực hiện sự đo lường.

123. Hồng Dương Nguyễn Văn Hai, Luận giải Trung Luận Tánh khởi và duyên khởi, Ban tu thư Phật học. PL.2547 - DL.2003. https://thuvienhoasen.org/a3150/4-vien-dung-vo-ngai

"Một là tất cả thế giới nhập vào một điểm, một điểm nhập vào tất cả thế giới. Hai là tất cả thân chúng sanh nhập vào một thân, một thân nhập vào tất cả thân chúng sanh. Ba là tất cả kiếp nhập vào một niệm, một niệm nhập vào tất cả kiếp. Bốn là tất cả Phật pháp nhập vào một pháp, một pháp nhập vào tất cả Phật pháp. Năm là bất khả thuyết xứ nhập vào một xứ, một xứ nhập vào bất khả thuyết xứ. Sáu là bất khả thuyết căn nhập vào một căn, một căn nhập vào bất khả thuyết căn. Bảy là tất cả căn nhập vào phi căn, phi căn nhập vào tất cả căn. Tám là tất cả tưởng nhập vào một tưởng, một tưởng nhập vào tất cả tưởng. Chín là tất cả ngôn âm nhập vào một ngôn âm, một ngôn âm nhập vào tất cả ngôn âm. Mười là tất cả tam thế nhập vào một thế, một thế nhập vào tất cả thế."

(*Kinh Hoa Nghiêm, Phẩm 36. Hạnh Phổ Hiền*)[124]

2. Bất kỳ cõi nào cũng bao hàm những cõi bé hơn, và được chứa trong một cõi lớn hơn. Chẳng hạn như quả đất bao hàm những nguyên tử, là một thành phần của hệ mặt trời. Tính cách các cõi của Pháp giới lớp lớp chồng chứa nhau vô cùng tận trong cả hai chiều vô cùng lớn và vô cùng bé như vậy được gọi là "trùng trùng duyên khởi."

Chỗ một đầu tóc cõi lớn nhỏ

---

124 Pháp giới, hình tướng tích cực của tánh Không, biểu hiện động của Chân như, có thể mô tả một cách ngắn gọn là Viên dung và Vô ngại. "Viên dung" hàm ý tất cả đức tánh của tâm Chân như, như đại trí, đại bi, đạo hạnh (*giới*), thệ nguyện rộng lớn, năng lực thần thông, không mục đích, không mong cầu, phương tiện thiện xảo phát sinh từ trí tuệ siêu việt. "Vô ngại" hàm ý giải thoát khỏi mọi trói buộc của chấp trước và nghiệp chướng. Trên phương diện bản thể học, thời Viên dung là nhân, Vô ngại là quả. Nhưng đối với hành giả, Vô ngại là nhân, Viên dung là quả, nghĩa là phải lìa bỏ chấp trước và dứt đoạn nghiệp chướng thời mới chứng đắc Phật quả

Tạp nhiễm thanh tịnh cõi thô tế
Tất cả như vậy bất khả thuyết
Mỗi mỗi rõ ràng phân biệt được.

Đem một cõi nước nghiền làm bụi
Bụi đó vô lượng bất khả thuyết
Trần số vô biên cõi như vậy
Đều đến đồng nhóm đầu một tóc.

(*Kinh Hoa Nghiêm, Phẩm 30. A-tăng-kỳ*)[125]

3. Một cõi bé, như một nguyên tử chẳng hạn, chẳng những chứa vô lượng cõi nhỏ bé hơn, mà cũng còn chứa vô lượng cõi rộng lớn hơn, như hệ mặt trời, và như thế tạo Pháp giới thành một "toàn thể vô tận viên dung vô ngại."
4. Trong Pháp giới, tất cả ba thời đều nhiếp nhập một cái hiện tại miên trường nên khái niệm thời gian không còn cần thiết để mô tả sự lưu chuyển theo dòng quá khứ, hiện tại, và vị lai nữa.
5. Vô lượng vô biên cảnh giới các cõi trong Pháp giới là nơi hiển bày những thần thông biến hóa, những lưu xuất năng lực, sự quảng bá những nguyện và trí, niềm hoan hỉ tịnh lạc, những công hạnh và giải thoát bất khả tư nghì của hết thảy Bồ tát, vô số trang nghiêm cõi Phật, những thệ nguyện vô thượng của các Như Lai.

Những cõi nước này bất khả thuyết
Đồng nhóm đầu tóc không chật hẹp

125. Pháp Ngữ Kinh Hoa Nghiêm, tập 1, Biên soạn: Thích Nữ Giới Hương, Giới thiệu: Hòa thượng Thích Như Minh. NXB Tôn Giáo, 2023. https://huongsentemple.com/index.php/vn/kinh-sach/tu-sach-bao-anh-lac/8506-phap-ngu-kinh-hoa-nghiem-ta-p-tngioi-huong

Chẳng khiến đầu tóc có thêm lớn
Mà những cõi kia chung đến nhóm.

Trên tóc tất cả những cõi nước
Hình tướng như cũ không tạp loạn
Như một cõi chẳng loạn các cõi
Tất cả cõi nước đều như vậy.

(*Kinh Hoa Nghiêm, Phẩm 30. A-tăng-kỳ*)[126]

Qua năm đặc điểm siêu việt trên, Phật giáo Đại thừa đã giới thiệu cho chúng ta thấy thế giới trước mắt mình "viên dung vô ngại," bởi đây là nơi một hạt cát có thể chứa cả vũ trụ, và vũ trụ cũng có thể thu nhỏ lại trong một hạt cát; nơi một giọt nước có thể chứa cả biển cả, và biển cả cũng có thể tan vào trong một giọt nước; nơi một cái cây có thể sống nhờ đất, nước, ánh sáng, và đồng thời cũng là một phần của đất, nước, ánh sáng.

"Viên dung bắt nguồn từ tánh Phật Chân Như trong sáng, dung nhiếp tất cả vật trong vũ trụ, thu nạp hình ảnh của vạn vật trong cái gương như thể tánh của nó, và chính nhờ cái nhìn viên dung ấy mà chúng ta mới thấy rằng vạn pháp sai biệt cùng phát xuất từ Chơn Như" (*L.H. Tịnh Huệ*).[127]

Hiểu được khái niệm "Thế giới viên dung vô ngại" này có thể giúp chúng ta mở rộng nhận thức, trải nghiệm bản thể cảnh giới thật tướng siêu nhiên mà chúng ta đang sống bây giờ và ở đây:

---

126. Pháp Ngữ Kinh Hoa Nghiêm, tập 1, Biên soạn: Thích Nữ Giới Hương, Giới thiệu: Hòa thượng Thích Như Minh. NXB Tôn Giáo, 2023.
https://huongsentemple.com/index.php/vn/kinh-sach/tu-sach-bao-anh-lac/8506-phap-ngu-kinh-hoa-nghiem-ta-p-tngioi-huong

127. Phổ Nguyệt, Thể Nhập Chân Trí: Giải Thoát Tri Kiến.
https://phatgiao.vn/bai-viet/the-nhap-chan-tri-giai-thoat-tri-kien.html

"Tất cả vạn pháp trong pháp giới đều từ tâm sanh. Tâm trùm khắp cả pháp giới. Tất cả vạn hữu vũ trụ có thể nằm gọn trong hạt cải viên dung vô ngại. Hạt cải có thể thâu nhiếp tất cả vũ trụ vạn pháp. Thể tánh của Tâm nhiếp thâu tất cả. Tất cả là một, một là tất cả. Đó là bản tánh vô ngại của Tâm. Bản tánh chơn tâm suốt thâu vạn pháp hữu tình và vô tình; lấy toàn thể pháp giới tánh làm lượng; lấy xứng tánh bất tư nghì vô ngại giải thoát làm thể. Đó là ý nghĩa căn cốt của Kinh Hoa Nghiêm."[128]

Kinh Hoa Nghiêm đã mô tả thành công các thế giới siêu việt. Mỗi lời mỗi câu trong kinh lấy toàn thể pháp giới tánh làm lượng, làm diệu dụng năng động của bản thể tánh Phật Tỳ-lô-xá-na. Đã là toàn thể pháp giới tánh nên tất cả Tánh, Tướng, Giáo, Lý, Hạnh, Quả, nơi đây đều hiển bày diệu dụng năng sanh tạo ra thế giới, sum la vạn tượng. Mức độ hiểu biết cao nhất thì toàn thể vũ trụ là bản tâm thanh tịnh.

Tóm lại, các triết lý Vũ trụ quan Phật giáo từ Nguyên Thủy đến Đại thừa như trên giúp chúng ta hiểu rõ hơn về bản chất của thế giới, về vị trí của con người trong vũ trụ, và từ đó có thể tìm ra con đường giải thoát khỏi khổ đau, hướng đến sự giác ngộ và an lạc.

128. Thay Lời Tựa Kinh Hoa Nghiêm, HT. Thích Đức Niệm. Trích trong Bốn Pháp Tu Chứng Kinh Hoa Nghiêm.
https://www.vnbc.org/

Chương 7

KẾT LUẬN

Tựa sách "Sự Tiến Hóa của Vũ Trụ, Con Người và Nghiệp Báo" là những chủ đề quá rộng lớn và sâu sắc, mang đến cho chúng ta những cơ hội để suy ngẫm về sự tồn tại và ý nghĩa của cuộc sống con người thế giới xung quanh ta.

Phật giáo, là một hệ thống tri thức tuệ giác, mang lại cho chúng ta cái nhìn độc đáo về con đường giác ngộ và phương cách chúng ta có thể giải thoát khỏi sự khổ đau trói buộc. Phật giáo khám phá sâu sắc về sự liên kết hiện hữu của mọi sự sống và vũ trụ qua nghiệp báo, nhân quả. Qua việc thực hành thiền định và tu tập giới-định-tuệ, Phật giáo hướng dẫn chúng ta trở lại tánh tịch tĩnh thanh tịnh vốn có trong tâm hồn và hiểu rõ về bản thể thực tại tối hậu của các cõi vũ trụ xung quanh và thế giới mà chúng ta đang sống.

Khác với quan niệm về một đấng sáng tạo, Phật giáo cho rằng vũ trụ hình thành và vận hành theo quy luật nhân quả, vô thủy vô chung (*không có khởi đầu và kết thúc*). Vũ trụ bao gồm vô số thế giới, không gian và thời gian, không ngừng biến đổi và vận động. Chúng ta đang sống với sự kỳ diệu vô tận của không gian, với hàng tỷ hành tinh, ngôi sao tinh tú và các thiên thể khác nhau.

Ngành Thiên Văn học và Ngành Không gian hiện đại nghiên

cứu vũ trụ bằng các phương pháp khoa học, khám phá ra các quy luật vật lý, cấu trúc và sự hình thành của vũ trụ. Các nhà khoa học cho biết vũ trụ có tuổi khoảng 13,8 tỷ năm, bắt đầu từ vụ Nổ Lớn (*Big Bang*) và đang không ngừng giãn nở. Mặc dù tiếp cận từ những góc độ khác nhau, cả Phật giáo và khoa học đều thừa nhận sự vận động, biến đổi không ngừng của vũ trụ và nhiều sự tương tác giữa các yếu tố trong vũ trụ.

Trong vũ trụ, con người là một phần của vũ trụ, chịu sự chi phối của các quy luật tự nhiên và có mối liên hệ mật thiết với vũ trụ. Trong Phật giáo, con người và vạn tượng là vô thường, luôn biến đổi nhưng có khả năng giác ngộ, có tánh Phật, thấy nghe hay biết. Con người vừa là một phần của vũ trụ, vừa có khả năng tác động đến vũ trụ thông qua hành động, suy nghĩ và lời nói của mình. Con người cũng chịu sự chi phối của các quy luật nhân quả, trong đó có nghiệp nhân và nghiệp quả.

Nghiệp là hành động, suy nghĩ và lời nói của con người. Nghiệp có thể là thiện (*tích cực*) hoặc bất thiện (*tiêu cực*), và có xu hướng tạo ra kết quả tương ứng. Nghiệp báo là kết quả của nghiệp, có thể xảy ra ngay trong đời này hoặc đời sau. Nghiệp báo không phải là sự trừng phạt mà là một quy luật tự nhiên, một sự phản ứng tương ưng với hành động. Con người có thể thay đổi nghiệp báo bằng cách thay đổi hành động và suy nghĩ của mình.

Nghiệp và nghiệp báo là hai mặt của một quy luật nhân quả, chi phối sự vận hành của vũ trụ và cuộc sống của con người.

Quan niệm về ba thế giới (*Dục giới, Sắc giới và Vô Sắc giới*) trong vũ trụ vạn hữu giúp chúng ta mở rộng tầm nhìn về y báo bao la đa dạng, để thân, miệng, ý hướng thiện, nhằm tạo ra một thế giới tốt đẹp hơn. Chúng ta hiểu rằng con người và sinh vật không phải là những chúng sanh duy nhất sống trong vũ trụ mà có nhiều loài như kinh Phật đã nói có đến 12 loài chúng sanh[129] trong mười cõi pháp giới.[130]

Quan niệm về ngũ thừa (*năm cổ xe, năm cảnh giới*) cho rằng vũ trụ này gồm có nhiều thế giới với nhiều tầng khác nhau giúp con người ý thức rằng các nghiệp hay hành động, suy nghĩ, lời nói có ý thức của mỗi chúng ta là yếu tố then chốt định hình tương lai của chính mình, chứ không phải do Thượng đế hay ai bên ngoài tạo ra.

Các thế giới do Ngũ thừa Phật giáo tạo ra như sau:

1. Nhân thừa (*Manuṣyayāna*): cảnh giới của loài người do biết giữ năm giới[131] tinh nghiêm.
2. Thiên thừa (*Devayana*)*:* cảnh giới loài trời do giữ tám giới Bát quan trai,[132] Thập thiện.[133]
3. Thanh văn thừa (*Śrāvakayāna*) là cảnh giới của bậc thánh do giác ngộ thông qua việc lắng nghe và thực hành lời dạy của Phật, hướng tới mục tiêu đạt được quả vị A-la-hán. Hay Duyên Giác thừa (*Pratyekabuddhayāna*)*:* cảnh giới của các bậc Bích

---

129. Kinh Lăng Nghiêm dạy có mười hai loài chúng sanh: loài noãn sinh, thai sinh, thấp sinh, hóa sinh, hữu sắc, vô sắc, hữu tưởng, vô tưởng, hoặc phi hữu sắc, hoặc phi vô sắc, hoặc phi hữu tưởng, hoặc phi vô tưởng.
Thích Nữ Giới Hương, Luân hồi trong lăng kính Lăng Nghiêm, Nhà Văn hóa Sài gòn, 2008.
www.huongsentemple.com/LuanHoiTrongLangKinhLangNghiem.pdf

130. Mười Pháp giới: Phật, Bồ tát, Duyên giác, Thanh Văn, Trời, A-tu-la, người, súc sanh, ngạ quỷ và địa ngục.

131. Năm giới: Không sát sanh, không trộm cắp, không nói láo, không tà dâm và không uống rượu say sưa.

132. Bát quan trai giới (*tám giới*): không sát sinh, không trộm cắp, không tà dâm, không nói dối, không uống rượu, không trang điểm, không ngồi giường cao, và không ăn phi thời (*sau buổi trưa*).

133. Thập thiện: 1. Không sát sanh. 2. Không trộm cắp. 3. Không tà dâm. 4. Không vọng ngữ. 5. Không ỷ ngữ. 6. Không lưỡng thiệt. 7. Không ác khẩu. 8. Không tham lam. 9. Không sân giận. 10. Không si mê

Chi Phật, tự giác ngộ lý Duyên khởi của vạn pháp.

4. Bồ Tát thừa (*Bodhisattvayāna*) là cảnh giới của vị Bồ tát hy sinh làm lợi ích cho chúng sanh khác và hướng tới việc giác ngộ hoàn toàn (*Phật quả*).

5. Phật thừa (*Buddhayāna*) là cảnh giới các Chư Phật, các bậc giác ngộ viên mãn (*độ mình và độ người*), thần thông, trí tuệ, diệu dụng viên mãn.

Ngoài năm thừa này tức năm cảnh giới này còn có các cõi thấp kém tội lỗi đau khổ của địa ngục, ngạ quỷ và súc sanh do hành động tiêu cực gây ra.

Hiểu biết về thế giới quan Phật giáo, sẽ giúp chúng ta ổn định đời sống xã hội, bởi vì học thuyết về thế giới vô tận, sẽ làm sáng tỏ nguyên lý nhân-quả giúp chúng ta ý thức và hướng dẫn các hành động/nghiệp của mình tích cực, tạo nên các nghiệp nhân tốt, và do đó sẽ sanh ra các nghiệp quả tốt, trong các cảnh giới thiện lành. Nếu xã hội này có nhiều người có hành động tốt thì thế giới này sẽ giảm bớt bất công, đàn áp, chiến tranh và thù oán trong xã hội; giúp cho đời sống xã hội tỏa ra năng lượng yêu thương, vị tha, đạo đức, thức tỉnh, giác ngộ như cảnh giới siêu việt của các bậc thánh.

Rõ ràng thế giới quan Phật giáo có thể giúp chúng ta bình an về tinh thần, nhờ ở niềm tin rằng với "nghiệp lực thiện" và "nguyện lực hướng thượng mạnh mẽ", chúng ta sẽ tùy nguyện tái sanh cõi nào theo ý muốn của nguyện lực và nghiệp lực của mình.

Do khi sống đã tạo được nghiệp nhân tốt, khi chết, con người có thể vượt khỏi đời sống ở trái đất này, để tái sanh đi vào hệ thống vũ trụ của ba mươi ba cõi trời hay các cõi Liên-hoa-đài-tạng Tỳ-lô-tánh-hải của Chư Phật và Bồ tát mà các kinh Đại thừa hay kinh Hoa Nghiêm đã mô tả.

Dục giới, Sắc giới và Vô sắc giới là những cảnh giới biến đổi vô thường, đừng nên phát nguyện sanh về và cần phải vượt ra khỏi ba thế giới luân hồi tái sanh này. Chúng ta cần tu tập trải nghiệm, thực nghiệm ở các cảnh giới tâm linh rốt ráo tuyệt đối nhất, cần ngộ ra bản chất của vũ trụ là tính Chân Không, vượt tương đối của sanh tử-niết bàn, khổ đau-hạnh phúc, đạt được cứu cánh Niết-bàn, tâm Chân Như Bất Nhị, để tránh khỏi vòng tái sanh vào ba thế giới vô thường (*tam giới*) này nữa.

Toàn bộ giáo lý đạo Phật là chân lý tuyệt đối, chân lý của vũ trụ vận hành và nó vẫn luôn ở đó dù chúng ta có mê hay giác. Nhờ thế giới quan Phật giáo, chúng ta biết được những sự thật tuyệt đối này trên lý thuyết, và điều cần bây giờ là thực hành giới-định-tuệ, chứng ngộ chân lý Pháp giới Duyên Khởi Sự Sự Vô Ngại Viên Dung ấy (*Kinh Hoa Nghiêm*).

Nếu chúng ta biết kết hợp những hiểu biết từ cả hai lĩnh vực Phật giáo và khoa học này, chúng ta có thể thấy được sự liên kết giữa vũ trụ và tâm linh. Trong khi khoa học giúp chúng ta hiểu biết về thế giới vật chất, Phật giáo mang lại cho chúng ta một cái nhìn chiều sâu về tâm linh siêu việt của cuộc sống. Sự kết hợp giữa hiểu biết khoa học và sự nhận thức tâm linh giúp cho chúng ta sống một cuộc sống có ý nghĩa hơn, với sự tôn trọng và biết ơn sự kỳ diệu của vũ trụ để cùng nhau xây dựng mô hình các hệ thống thế giới vũ trụ của chân thường, chân lạc, chân ngã và chân tịnh (*như Kinh A-di-đà và Lăng Nghiêm đã mô tả*).

Con người là một phần của vũ trụ, chịu sự chi phối của các quy luật tự nhiên, đặc biệt là quy luật nghiệp và nghiệp báo. Hiểu rõ về vũ trụ-con người-nghiệp báo sẽ giúp con người sống có ý thức, trách nhiệm, thương yêu và hướng thiện để tạo ra những kết quả tốt đẹp cho bản thân và thế giới như bộ phim "Hỏi Các Vì Sao" (*When The Star Gossips*)[134] của Netflix năm 2025, đưa người xem vào một không gian vũ

134. "When the Stars Gossip": Tìm mình trong cuộc phiêu lưu không biên giới.

trụ, không chỉ rộng lớn về mặt vật lý, mà còn về mặt tinh thần, nơi con người phải đối mặt với sự nhỏ bé của mình trong vũ trụ, đồng thời khám phá sức mạnh của kết nối, yêu thương, hy vọng và hướng thượng.

Trong phim, cô chỉ huy Eve-kim đã viết di chúc trước khi ra ngoài không trung và ghi lại lời nhắn yêu thương muôn loài của cha mình như sau:

"*Con gái thương mến,*

Khi con đến với vũ trụ bao la không đầu, không cuối này, con sẽ thấy hoa cúc, xà lách, phù du, kể cả con người. Tất cả đều không trọng lượng. Mọi sự sống đều như nhau, nên đừng vô tâm giẫm lên chú sâu trong vườn. Đừng vô tâm giẫm lên hay nhổ cỏ. Chúng là những phép màu do những linh hồn của vũ trụ tạo nên. Bản thân mỗi sự sống là một phép màu."

Thiền sư Thích Nhất Hạnh[135] trong cuốn sách "Lá Thư Yêu Thương Gởi Đất Mẹ" nói về những điều kỳ diệu của hành tinh xanh và vũ trụ bao la, cũng như đề cao trách nhiệm của chúng ta trong việc bảo vệ trái đất, môi trường sự sống của muôn loài bằng cách nuôi dưỡng sự đánh giá cao và trân trọng môi trường thiên nhiên. Chúng ta có thể làm sâu sắc mối kết nối của chúng ta với trái đất và vũ trụ. Chúng ta sẽ làm tốt hơn vai trò phục vụ và duy trì vẽ đẹp kỳ diệu của trái đất và mẹ thiên nhiên, vũ trụ.

"Mỗi lần bạn nhìn vào một quả quýt, bạn có thể nhìn sâu vào bên trong của nó. Bạn có thể nhìn thấy mọi thứ trong vũ trụ từ một quả quýt. Khi bạn bóc vỏ và ngửi mùi quýt, điều đó thật tuyệt vời. Bạn có thể dành thời gian ăn một quả quýt và cảm thấy rất hạnh phúc." (*Thiền sư Thích Nhất Hạnh*)

---

https://www.elle.vn/the-gioi-van-hoa/when-the-stars-gossip-review/

135. Thiền sư Thích Nhất Hạnh, Lá thư Yêu thương gởi Đất Mẹ (*Lilly Greenblatt*), Tiểu Lục Thần Phong dịch https://thuvienhoasen.org/a41051/ve-la-thu-yeu-thuong-goi-dat-me-cua-thien-su-thich-nhat-hanh

Hiểu biết về trái đất, thế giới, vũ trụ, con người, nghiệp báo, nhân quả, chúng ta sẽ càng dang rộng đôi tay để giữ hành tinh xanh cho sạch đẹp và an bình cho muôn loài vạn vật.

Đất thì thầm
Đất thở
Dệt nên sự sống dưới bầu trời.

Mỗi hạt giống, một lời hứa được giữ,
Mỗi bông hoa, một bài học được gieo trồng.

Không chỗ cho hận thù, không chỗ cho sợ hãi
Chỉ có tiếng nói dịu dàng của tình thương đang đến gần.

Trong mỗi trái tim, một vị Phật đang ngủ,
Một thế giới hòa bình, đất gìn giữ.

Hãy bước đi với lòng tốt, chạm với sự trong sáng,
Tìm thấy niềm an tĩnh trong không gian thiêng liêng này.

Hãy để tình thương dẫn lối,
Và hòa bình sẽ nở rộ, sâu thẳm bên trong.

(*The whispering earth*
The earth breathes
Weaving life beneath the sky.

Every seed, a promise kept
Every flower, a lesson swept.

No place for hatred, no room for fear
Only love's gentle voice, drawing near.

In every heart, a Buddha sleeps
A world of peace, the earth keeps.

Walk with kindness, touch with pureness
Find stillness in this sacred space.

Let compassion be your guide,
And peace will bloom, deep inside).

Mưa phùn mùa thu tháng 07 năm 2025
Kính bút,
Thích Nữ Giới Hương

Phụ Lục 1

TRẦM TƯ VỀ VŨ TRỤ XUNG QUANH CHÚNG TA

Thích Nữ Giới Hương

Năm 2010 này, quý chư Tôn đức vùng Santa Ana cùng Hòa thượng Trụ trì Thích Quảng Thanh có tổ chức Khóa Bảy Ngày An Cư Kiết Hạ thời gian từ ngày 19.07.2010 đến ngày 26.07.2010 tại chùa Bảo Quang, Orange County, California.

Trong chương trình an cư, mỗi buổi chiều có tiết mục thảo luận Phật Pháp. Con là Tỳ-kheo-ni T.N. Giới Hương được nằm trong danh sách thuyết trình với đề tài "Trầm Tư về Vũ Trụ Xung Quanh Chúng ta".

Nay con xin phép được tường trình lại buổi pháp thoại đó.

Trước khi vào nội dung, thuyết trình viên đã nêu lên mục đích của đạo Phật là quan tâm đến lợi ích thiết thực mang hạnh phúc và sự giải thoát cho con người. Để tránh hí luận, Đức Phật thường ít trả lời những câu hỏi về thế giới và vũ trụ quan bên ngoài như những câu hỏi thế giới từ đâu sanh ra, sẽ đi về đâu, hữu biên hay vô biên, thường còn hay không thường còn, v.v... Đức Phật có kể một câu chuyện để minh họa.

Có một người bị mũi tên độc đâm bị thương. Khi đến phòng mạch thay vì im lặng để bác sĩ cầm máu, băng bó vết thương thì bịnh nhân lại cứ thắc mắc hỏi:

"Thưa Bác sĩ, xin hỏi mũi tên được sản xuất tại đâu vậy? Ai bắn tôi vậy? Mũi tên làm bằng chất gì? Bề ngang và bề dài của mũi tên rộng bao nhiêu? Mũi tên đã bay xa bao nhiêu mét rồi đâm vào da thịt tôi?" thì vị Bác sĩ cứ lo trị bịnh và không trả lời các câu hỏi không cần thiết đó.

Câu chuyện ví cho, thân người mỏng manh, mạng sống cạn dần, nên lo việc "dứt khổ được giải thoát" hay "sanh tử sự đại " trước, còn những việc khác, chưa cần thiết thì không nên để tâm. Nếu hành giả giữ giới, hành thiền và phát tuệ thì sẽ liễu tri nhiều việc bao gồm vũ trụ quan và nhân sinh quan như Đức Phật giác ngộ, chứng "Nhất Thiết Trí" nên Ngài biết hết các cơ cấu thế giới, vũ trụ và con người, nhưng trọng tâm, vẫn là việc thực tế an lạc, hạnh phúc thoát khổ trước. Tuy nhiên, cũng sẽ lợi ích nếu chúng ta có thời gian tìm hiểu biết được vũ trụ xung quanh chúng ta, đặc biệt với những khám phá của khoa học hiện đại gần đây. Việc trình bày của thuyết trình viên hôm nay hy vọng như một cái gì đó khởi điểm, cho những nghiên cứu sâu sắc hơn nếu chúng ta thấy tâm đắc với đề tài này.

Thuyết trình viên trình bày ba vấn đề như sau:

VẤN ĐỀ THỨ NHẤT về sự hình thành của thế giới.

Theo quan điểm khoa học, cách đây rất lâu có một dị điểm (*singularity*) vô cùng nóng và đặc. Dị điểm bỗng nổ tung (*sanh, trụ, dị, diệt*) diệt để rồi tiếp nối đầu mối sanh và biến đổi dần dần thành vũ trụ hiện nay. Khoa học gọi tiếng nổ lớn tạo thành vũ trụ ấy là "Big Bang"[136]. Vì vũ trụ luôn luôn nở

136. The Universe and Beyond, Terence Dickison, 4th Edition, 2004, trang 86,

rộng làm cho ánh sáng từ các ngôi sao chuyển sang phía đỏ, và vì vũ trụ mới sinh ra từ một Big Bang cách đây khoảng 15 tỷ năm nên chưa đủ thời gian để cho ánh sáng từ các thiên hà xa hơn nữa, nếu có, truyền tới mặt đất.[137]

Khoa học gia Harlow Shapley nói rằng: "Con người được làm từ những chất của ngôi sao và bị chi phối bởi luật vũ trụ ". (*Mankind is made of star-stuff, ruled by universal laws*).[138]

Chất ngôi sao này chúng ta có thể hiểu theo tinh thần đạo Phật là đất nước gió lửa bị chi phối bởi luật vũ trụ là sanh trụ dị diệt. Quan điểm Phật giáo cũng cho rằng thời gian vô thuỷ vô chung, không gian vô cùng và thế giới vô tận như kinh Địa Tạng Bồ Tát Bổn Nguyện đã minh họa:

"*Ví như bao nhiêu cỏ, cây, lùm, rừng, lúa, mè, tre, lau, đá, núi, bụi bặm trong cõi tam thiên đại thiên. Cứ một vật làm một sông Hằng, rồi cứ số cát trong mỗi sông Hằng, một hột cát làm một cõi nước, rồi trong một cõi nước cứ một hột bụi nhỏ làm một kiếp, rồi bao nhiêu số bụi nhỏ chứa trong một kiếp đều đem ra làm kiếp cả. Từ lúc ngài Địa Tạng Bồ Tát chứng quả vị Bồ Tát Thập Địa đến nay, nghìn lâu hơn số kiếp tỷ dụ ở trên, huống là những thuở Ngài Địa Tạng Bồ Tát còn ở bậc Thanh Văn và Bích Chi Phật*".[139]

Hay trong kinh Lăng Nghiêm Đức Phật dạy về thế giới như sau:

"*Cái giác thì sáng suốt, cái hư không thì không hay biết, hai cái đối đãi với nhau, thành có lay động, cho nên có phong luân nắm giữ thế giới. Nhân cái hư không mà sinh ra có lay*

123, 135 ff; Con ngư?i v? V? tr?, Tr?n Chung Ng?c, xemời và Vũ trụ, Trần Chung Ngọc, xem Buddhismtoday.com

137. Câu chuyện "Big Bang", Trần Chung Ngọc, (*xem Buddhismtoday.com*)

138. The Universe and Beyond, trang 21.

139. Kinh Địa Tạng Bồ Tát Bổn Nguyện, Dịch giả Hòa thượng Thích Trí Tịnh, Nhà Xuất Bản Tôn Giáo, 2008, trang 19.

động, phát minh tính cứng thì thành có ngăn ngại; các loài kim bảo đều do minh giác lập ra tánh cứng, cho nên có kim bảo nắm giữ cõi nước. Biết cái cứng thì thành có kim bảo, rõ cái lay động, thì phong đại phát ra: phong đại và kim bảo cọ xát nhau, cho nên có hoả đại làm tính biến hoá. Ngọn lửa xông lên, kim bảo sinh ra tính ướt, cho nên có thủy luân trùm khắp các cõi mười phương. Lửa bốc lên, nước sa xuống, giao nhau phát hiện, mà lập thành tánh cứng: chỗ ướt là bể lớn, chỗ khô là gò nổi; do cái nghĩa ấy, trong bể lớn kia, hơi nóng thường bốc lên; trong gò nổi kia, sông ngòi thường chảy xuống. Thế nước kém thế lửa, thì kết thành núi cao, vậy nên đá núi, đập thì có tia lửa, nấu thì chảy ra nước. Thế đất kém thế nước, rút ra thành cây cỏ, vậy nên rừng rú bị đốt thì thành đất, vắt ra thì có nước.

Vọng tưởng giao xen phát sanh, xoay vần làm chủng tử cho nhau; do nhân duyên ấy mà thế giới tiếp tục".[140]

Khi nói thế giới hình thành và tương tục là nói về mặt vật lý. Đức Phật có Phật tuệ nên Ngài nhìn thấy được cơ cấu u huyền của vũ trụ, dãy ngân hà, riêng chúng ta còn đeo nhục nhãn tức còn đeo kiếng đen của nghiệp thức loài người, nên không thấy các pháp như thật được.

Bầu khí quyển chúng ta gọi là hư không nhưng thật ra là vòng không khí. Vòng không khí bao quanh, trùm xung quanh quả đất của mình, giữ vững quả đất lại. Nhân hư không mà sinh ra lay động, phát minh tính cứng, cho nên có kim bảo nắm giữ cõi nước. Gió thổi có động. Tâm mình muốn đứng vững lại cho nên gọi là kiên ngưng. Ngưng chướng ngại thì cảm quả báo có kim bảo, nghĩa là do kiên ngưng mà nó thành chất cứng của mình, thành kim luân tức vòng bằng vàng tròn bao quanh quả đất.

Tánh của kim luân thì kiên ngưng mà phong luân thì thổi

140. *Kinh Thủ Lăng Nghiêm*, Cư Sĩ Tâm Minh dịch, tr. 290-1.

và chuyển động. Hai bên cọ xát tạo ra hỏa luân làm tánh biến hoá. Ngọn lửa xông lên đốt kim luân sanh ra tánh ướt nên có thủy luân tràn đầy khắp pháp giới. Thế giới này có gió rồi có kim si mê thành đất, rồi mới có lửa, nước, thế là đủ bốn thứ (*đất, nước, gió, lửa*). Sau đó, mới biến hoá thành ra các cảnh giới, rồi cây cối, biến thành ra các thứ sơn hà đại địa.

Đầu tiên là vòng gió, kim/ địa, lửa, nước. Vậy thế giới chúng ta ở từng vòng từng vòng theo như văn kinh minh họa. Đây quả đất hình tròn, ở ngoài quả đất có vòng không khí. Vòng đất rồi nước chảy ở trong, trong ruột quả đất là lửa, khoan xuống thì có giếng nước. Nước có vòng nước nó chảy trong lòng đất. Bởi vì lửa bốc lên, nước sa xuống, thế cho nên trong biển vẫn có lửa. Trong đá có cả nước cả lửa (*núi phun lửa, núi lửa*). Chúng ta lấy đá đập vào nhau thì nó xẹt ra lửa, còn mình nung đá thì nó thành nước. Gò là chỗ có đất nhiều, nước ít. Chỗ ướt thế nước mạnh hơn thế đất sẽ tạo thành cái lá cành hoa, rừng cây ruộng cỏ.

Cho nên cảnh cứ hiện lên, kết mê muội mãi thì hư không nối tiếp, kết ái nhiễm, sân hận, ngu si mãi cho nên đất, nước, gió, lửa cứ nối tiếp. Hễ chúng ta thèm ăn thì miệng chảy ra nước. Nghe một người thân đi xa thì con mắt chảy ra nước, biết mình bắt được vàng hay trúng số thì toát mồ hôi. Hễ có lòng tham muốn ái ân thì dễ dàng đưa đến sự mất chánh niệm.

Hiện tại cho chúng ta thấy lòng tham khởi ra nước. Hễ sân thì khởi ra lửa, mê kết ám lại thì thành hình sắc, thành đất đá. Do những vọng tưởng giao xen này làm chủng tử cho nhau nên đất, nước, gió, lửa nối tiếp. Như vậy đất, nước, gió, lửa là nền tảng cấu thành thế giới. Đây là nói từ trong nghiệp báo của chúng ta hiện lên các thứ, đều là những cái không hề có.

Trong tâm của chúng ta, nước là do ái mà hiện tướng. Nước là thứ đi xuống, chảy xuống, chứ không bao giờ chảy lên. Hễ có sân, ghét, bực bội thì có lửa, phực lửa bật ra, đang vừa có lửa vừa có nước ái chảy ra. Gió là do tâm động mà tạo thành. Đất là do si ám kiên ngưng mà thấy ra chướng ngại, chỉ toàn là tâm không chi khác. Thế rồi, cứ làm nhân lẫn nhau vì thế có quả báo có thân rồi lại tạo ra các nghiệp. Đây là lý do có thế giới tiếp tục, tức có đất, nước, gió, lửa tiếp tục.[141]

Từ trên đến đây Đức Phật nhắc đi nhắc lại, chỉ là nghiệp báo của chúng ta, hiện lên các thứ, chứ thật ra chúng là những cái không hề có.

VẤN ĐỀ THỨ HAI thuyết trình viên trình bày là sự tiên phong của Phật giáo trong khoa học.

Vào những thế kỷ trước công nguyên khi mà khoa học kỹ thuật chưa phát triển, Đức Phật đã nhìn thấy trong mỗi giọt nước có vô số vi vật. Ngài đã khuyên các chúng đệ tử xuất gia của Ngài đều phải có đãy lọc nước để lọc trước khi uống cũng như mỗi khi uống nước hãy nhớ niệm chú vãng sanh để gieo hạt giống bồ đề vào các sinh vật này.

Phải trải qua hơn hai mươi mốt thế kỷ sau, vào cuối thế kỷ 16 (*năm 1595*), các nhà khoa học mới phát minh kính hiển vi (*Meiji Techno MT4200*) đầu tiên. Rồi nhờ kính hiển vi ấy mới nhìn thấy được trong một giọt nước có vô số các vi sinh vật mà mắt thường (*nhục nhãn*) không nhìn thấy được. Điều này cho thấy Phật giáo đã tiến khá xa trước khoa học.

Ngoài việc nhìn thấy được *những thế giới vô cùng nhỏ*, từ buổi ban sơ, Phật giáo còn thấy được *những thế giới vô cùng lớn trong vũ trụ bao la*. Từ xa xưa vào những kỷ nguyên trước Tây lịch khi mà khoa học chưa phát triển, Đức Phật Thích Ca đã tuyên bố trong kinh A-di-đà rằng: "*Từ đây qua phương Tây quá mười muôn ức cõi Phật, có thế giới tên là Cực-lạc.*

---

141. Luân Hồi trong Lăng Kính Lăng Nghiêm, Thích Nữ Giới Hương, Nhà Xuất Bản Văn Hóa Sài Gòn, 2008, trang 64-5.

Trong thế giới đó, có Đức Phật hiệu là A-di-đà hiện đang thuyết pháp".[142]

Trong kinh Pháp Hoa, phẩm thứ Mười Sáu "Như Lai Thọ Lượng" dạy rằng Đức Phật thành Phật nhẫn lại đây rất lâu vô lượng trăm nghìn na do tha kiếp như sau:

"*Này thiện nam tử! Thật Ta thành đạo nhẫn lại đây, đã vô lượng vô biên trăm nghìn muôn ức na-do-tha kiếp. Ví như năm trăm nghìn muôn ức na-do-tha a-tăng-kỳ cõi tam thiên, đại thiên, giả sử có người nghiền làm vi trần qua phương Đông, cách năm trăm nghìn muôn ức na-do-tha a-tăng-kỳ cõi nước, bèn rơi một bụi trần, đi qua phía Đông như thế cho đến hết vi trần đó.*

Các thiện nam tử! Ý ông nghĩ sao? Các thế giới đó có thể suy gẫm so tính biết được số đó chăng?

Di Lặc Bồ tát thảy đều bạch Phật rằng: 'Thế Tôn! Các thế giới đó vô lượng vô biên, chẳng phải tính được, đếm được, cũng chẳng phải tâm lực biết đến được. Tất cả Thanh Văn, Duyên Giác dùng trí vô lậu, chẳng có thể suy nghĩ biết được hạn số đó, chúng con trụ bậc bất thối, ở trong việc này cũng chẳng thông đạt. Thế Tôn! Các thế giới như thế vô lượng vô biên."[143]

Ngoài ra, trong kinh Phật cũng có kể một chuyện rằng tôn giả Mục Kiền Liên muốn dùng thần thông bay đo xem phạm âm thuyết pháp của Đức Phật vang xa bao nhiêu? Tôn giả bay rất lâu đến một cõi nước của Đức Phật Định Tự Tại Vương Như Lai. Ở cõi này, Đức Phật, Bồ tát, chư hiền thánh

---

142. Nghi Thức Tụng Kinh A Di Đà & Mông Sơn Thí Thực, Chùa Hương Sen, 2021. https://huongsentemple.com/index.php/vn/phat-phap/nghi-la-ha-ng-nga-y/6306-i-9-di-da-mong-son

143. Kinh Pháp Hoa, Hòa thượng Trí Tịnh dịch, Chùa Bảo Quang, 1997, trang 371-2.

và chúng sanh có thân tướng rất to lớn phi thường. Khi các Bồ tát thấy có một con trùng nhỏ bò vào, định đưa tay ra phủi thì lúc đó Đức Phật Định Tự Tại Vương bảo: "*Đây là tôn giả Mục Kiền Liên - vị Đại đệ tử thượng thủ của Đức Thích Ca Như Lai đến đây để đo phạm âm của sư phụ mình. Tôn giả rất có thần thông và đạo hạnh, xin chớ coi thường. Hãy để tôn giả tự tại đến đi.*" Khi tôn giả Mục Kiền Liên bay về, đường rất xa như lạc lối, Đức Như Lai từ bi dùng hào quang soi đường để chỉ hướng về.

Trong kinh Hoa Nghiêm, phẩm 39. Nhập Pháp Giới, nữ nhân Thích Ca Cù Ba giảng một pháp môn giải thoát cho Thiện Tài Đồng Tử cũng mô tả về thế giới vô biên như sau:

"*Này thiện nam tử! Ta quán thân của Bồ Tát, nơi mỗi lỗ chân lông, mỗi niệm thấy vô lượng vô biên thế giới rộng lớn. Những sự an trụ trang nghiêm, hiện trạng, những núi đất mang danh hiệu Phật xuất thế; những đạo tràng, chúng hội, diễn thuyết, những khế kinh, những sự quán đảnh, các thừa, những phương tiện và những thanh tịnh. Lại mỗi niệm nơi mỗi lỗ chân lông của Bồ tát thường thấy vô biên Phật hải, những sự ngồi đạo tràng, những thần biến, thuyết pháp, thuyết kinh hằng không gián đoạn. Lại nơi mỗi lỗ chân lông của Bồ tát thấy vô biên chúng sanh hải, những trụ xứ, hình mạo, tác nghiệp, căn lành...*"[144]

Trong Nhị Khóa Hiệp Giải, Đức Phật dạy có vô số thế giới. Ngàn thế giới là một tiểu thiên thế giới. Ngàn tiểu thiên thế giới là trung thiên thế giới. Ngàn trung thiên thế giới là đại thiên thế giới. Một tiểu thiên thế giới có 1000 thế giới tức là một dãy ngân hà (*galaxy*) gồm cả triệu ngôi sao. Một trung thiên thế giới có một triệu thế giới và một đại thiên thế giới

---

144. Kinh Hoa Nghiêm, Thích Trí Tịnh dịch, Phật Học Viện Quốc Tế xuất bản.1983.

Pháp Ngữ Kinh Hoa Nghiêm, tập 1, Biên soạn: Thích Nữ Giới Hương, Giới thiệu: Hòa thượng Thích Như Minh. NXB Tôn Giáo, 2023, trang 56-92.

có một tỷ thế giới. Một tiểu thiên thế giới sống 16 triệu 8 trăm ngàn năm. Một trung thiên thế giới sống 336 triệu năm và một đại thiên thế giới sống một tỷ 344 triệu năm.[145] Đây là quan niệm về vũ trụ của Phật giáo từ hơn 2600 năm về trước.

Như vậy, ngoài trái đất nhỏ nhoi mà chúng ta đang sống, theo lời Đức Phật đã dạy và khoa học đã chứng minh còn có ngàn tỷ hằng hà sa số các thế giới khác nữa. Khoa học cho rằng một ngôi sao như là một thế giới. Giáo sư Trần Chung Ngọc nói rằng:

"Một tiểu thiên thế giới có thể so sánh với quan niệm hiện đại về một thiên hà (*galaxy*) gồm có cả triệu ngôi sao và những hành tinh có thể có những sinh vật trên đó như giải ngân hà (*Milky way*) hay M31, hay chòm sao (*constellation*) Andromeda. Một trung thiên thế giới có thể so sánh với một chùm sao thiên hà (*galastic cluster*) thí dụ như chùm Coma Berenices, và một Đại thiên thế giới có thể so sánh với siêu thiên hà (*metagalaxy*) ở trong Đại Vũng (*Big Dipper*) của tiểu Ursa (*Minor Ursa*) trong đó có ít ra là cả triệu thiên hà."[146]

Khoa học gia Terence Dickinson nói: "Chúng ta có thể thấy trên trời đầy các ngôi sao là hàng xóm vũ trụ của chúng ta. Dãy ngân hà là một thế giới hình xoáy tiêu biểu, như một chiếc đĩa khổng lồ rộng khoảng 9.000 năm ánh sáng, với một sự phình ra nơi trục bánh xe khoảng 10.000 năm ánh sáng. Thái dương hệ của chúng ta, cách điểm trung tâm khoảng 27.000 năm ánh sáng và ngân hà dày khoảng 25.000 năm ánh sáng.

Có một quần đảo với hơn 200 tỉ ngôi sao nổi bồng bềnh trong không gian cách trái đất khoảng 15 triệu năm ánh sáng. Quần đảo này được gọi là M83 kích thước tương đương rộng

145. Trích trong "Phật Giáo trong Thời đại Khoa Học", Trần Chung Ngọc (*xem web: buddhismtoday.com*)

146. Vài Nét về Phật Giáo và Khoa Học, Trần Chung Ngọc (*xem web: buddhismtoday.com*)

như dãy ngân hà".

(*What we see as a sky full of stars is our cosmic neighborhood, a small corner of the galaxy. Our Milky Way Galaxy is a typical spiral galaxy, an enormous disk about 90,000 light-years from edge to edge, with a bulge at the hub that is 10,000 light-years thick. In our region, 27,000 light-years out from the nucleas, the galaxy is less than 2,000light year-thick.*

An island of more than 200 billion stars floats in the blackness of deep space 15 million light-year from the earth. This galaxy known only by its catalog number M83, is roughly the same size and mass as our own Milky Way".[147]

Hay "Ngân hà M87 rộng khoảng 60 triệu năm ánh sáng là một thế giới gần trái đất nhất". (*At 60 million light-years, M87 is the nearest giant elliptical galaxy to Earth*).[148]

Theo nghiên cứu về nguồn gốc cấu tạo và tiến hóa của vũ trụ (*năm 1920*), các nhà khảo cứu vũ trụ cho là vũ trụ không chỉ là giải ngân hà (*milky galaxy/way*) mà là thái dương hệ (*hệ thống mặt trời*). Sau đó, kính thiên văn khám phá giải ngân hà có tới hàng trăm tỷ ngôi sao (*mỗi sao tương tự như mặt trời trong thái dương hệ*). Ngoài ngân hà, còn có cả triệu tỷ thiên hà rải rác khác. Mỗi thiên hà chứa cả tỷ ngôi sao.[149]

Các khoa học gia cũng khảo sát và thấy rằng vũ trụ, thiên hà (*galaxy*) di chuyển ngày mỗi xa trái đất, ngày càng mở rộng, như vậy nghĩa là vũ trụ không cố định một chỗ. Nếu chất lượng ngôi sao càng nặng thì sống ngắn hơn chỉ vài tỷ năm. Nếu sao nhẹ thì tuổi thọ dài hơn, có khi tới hàng ngàn tỷ năm. Điều này cũng phù hợp với lời Bồ tát Phổ Hiền nói: "*Có thế giới chỉ tồn tại trong một kiếp. Có thế giới tồn tại trong vô số kiếp.*"

147. The Universe and Beyond, trang 99.

148. The Universe and Beyond, trang 117.

149. Câu Chuyện "Big Bang", Trần Chung Ngọc, (*xem web: buddhismtoday,com*)

Như vậy, thọ mạng của thế giới rất đa dạng và thế giới chúng ta sống đây không phải là duy nhất và trung tâm của vũ trụ.

VẤN ĐỀ THỨ BA trong buổi thuyết trình là tướng trạng của các thế giới.

Trong khoa học nói rằng: "Vào đầu thập niên 1920, các chuyên gia khảo cứu vũ trụ, qua những kính thiên văn tân kỳ, khám phá ra rằng giải Ngân Hà (*Milky Way*), trong đó có thể có tới cả trăm tỷ ngôi sao, mỗi ngôi tương tự như mặt trời trong Thái Dương Hệ, thật ra chỉ là một ốc đảo, một Thiên Hà (*galaxy*), trong vũ trụ.

Ngoài giải Ngân Hà ra còn cả triệu, cả tỷ Thiên Hà khác rải rác trong vũ trụ. Mỗi Thiên Hà đều chứa ít ra là cả tỷ ngôi sao, tương tự như giải Ngân Hà. Trong vũ trụ, giải Ngân Hà có dạng của một cái đĩa, rộng khoảng 100.000 (*một trăm ngàn*) năm ánh sáng, và Thái Dương Hệ của chúng ta ở cách tâm của giải Ngân Hà khoảng 30.000 (*ba mươi ngàn*) năm ánh sáng. Trong vũ trụ học, vì phải kể đến những khoảng cách vô cùng lớn nên người ta thường dùng đơn vị đo chiều dài là 1 năm ánh sáng, hoặc đơn vị parsec bằng hơn ba năm ánh sáng một chút (*3,2616*). Chúng ta đều biết, ánh sáng truyền trong không gian với vận tốc khoảng 300.000 cây số trong một giây đồng hồ. Chúng ta cũng biết một phút có 60 giây, một giờ có 60 phút, một ngày có 24 giờ, và một năm có khoảng 365 ngày. Do đó, chúng ta có thể tính ra khoảng cách của một năm ánh sáng. Khoảng cách này vào khoảng 9.460.800.000.000 (*9 ngàn 4 trăm 60 tỷ 8 trăm triệu*) cây số, hoặc gần 6.000.000.000.000 (*6 ngàn tỷ*) miles".[150]

Khoa học gia Terence Dickinson nói: "Quang cảnh vũ trụ đan dệt vào nhau giống như những sợi chỉ, đốm chấm đã tạo

---

150. Câu chuyện "Big Bang", Trần Chung Ngọc, (*xem Buddhismtoday.com*)

nên cấu trúc độc đáo trong vũ trụ. Hình ảnh trên sơ đồ này cho thấy hàng triệu ngân hà được thấy từ trái đất và đó là chỉ nhìn một nửa vòm trời mà thôi. Xa hơn nữa có thể thấy rải rác từng dãy ngân hà được tụ lại thành nhóm với nhau và đan dệt nhau như những sợi dây tơ".

(*Woven across the cosmic landscape like the threads in some vast define the ultimate structure of the universe. This image is a plot of nearly a million individual galaxies* (*as seen from earth*) *and represents about half of the entire sky. Far from being scattered at random, galaxies are clustered, and the clusters congregate in superclusters that from the filaments seen here*).[151]

"Những ngôi sao được sáng tạo không bằng nhau do sự thừa hưởng chất nebulas ít hay nhiều. Những ngôi sao thật nặng thì lớn gấp 100 lần mặt trời, ngôi sao nhỏ nhất thì khoảng 8% của mặt trời. Quần thể ngôi sao đã cho thấy sự sáng toả, chu vi, nhiệt độ và kích cỡ của từng ngôi sao".

(*All stars are not created equal. They inherit different amount of material from the nebulas in which they are born. Superheavyweight stars are 100 times the sun's mass; the minimum stellar mass is 8 percent of the sun's mass. A star's mass dictates how bright it will be, how long it will be, its temperature and its size*).[152]

"Trung bình khoảng cách giữa các ngôi sao trong hệ thống dãy ngân hà là cách nhau khoảng bảy năm ánh sáng. Trôi nổi giữa bể không gian bồng bềnh đó là trái đất". (*The average distance between stars in our sector of the Milky Way Galaxy is seven light-years. Adrift in this vast ocean is Earth*).[153]

---

151. The Universe and Beyond, trang 120.
152. The Universe and Beyond, trang 86.
153. The Universe and Beyond, trang 146.

Như vậy đơn vị đo diện tích rộng lớn của các dãy thế giới rộng lớn này là ánh sáng trong một năm. Các dãy thế giới này còn mang đậm nét đặc thù là tọa lạc nhiều vị trí và có nhiều hình thù đa dạng sai khác như trên đã nói. Ngoài chu vi rộng lớn được tính bằng ánh sáng, thế giới, ngân hà, thiên hà, trái đất và thái dương hệ, v.v... mang rất nhiều hình thù đa dạng sai khác như Kinh Hoa Nghiêm[154] phẩm "Thế Giới Thành Tựu", Bồ tát Phổ Hiền bảo đại chúng:

"*Này các thiện nam tử, thế giới hải có nhiều hình tướng sai biệt, hoặc tròn, hoặc hình như nước xoáy, hoặc hình như hoa, có vi trần số hình sai khác.*"

Hay Phẩm "Hoa Tạng Bồ Tát", Bồ Tát Phổ Hiền giảng rằng: "*Này các Phật tử, tất cả thế giới chủng đó, hình trạng đều khác nhau hoặc hình núi tu di, hoặc hình sông, hoặc hình xoay chuyển, hoặc hình nước xoáy, hoặc hình trục xe, hoặc hình hoa sen, có vi trần số hình trạng như vậy.*"[155]

Quan điểm mô tả tướng trạng vũ trụ của Phật giáo đã xuất hiện từ lâu xa vào những kỷ nguyên trước Tây lịch và mãi vào cuối thế kỷ 16, khoa học (*Giardano Bruno*) mới bắt đầu đưa ra quan niệm về một vũ trụ bao la vô cùng vô tận. Trong đó, ngoài thế giới của chúng ta còn có vô số các thế giới khác nhau với vô số mạng sống (*life-forms*) khác nhau.

So sánh với những hình trạng dáng mạo của những chòm sao, dãy ngân hà, thiên hà do khoa học khám phá trong sách, báo chí, tivi và slide show, chúng ta thấy một số mô tả của

---

154. Kinh Hoa Nghiêm, Thích Trí Tịnh dịch, Phật Học Viện Quốc Tế xuất bản.1983.

Pháp Ngữ Kinh Hoa Nghiêm, tập 1, Biên soạn: Thích Nữ Giới Hương, Giới thiệu: Hòa thượng Thích Như Minh. NXB Tôn Giáo, 2023, trang 56-92.

155. Kinh Hoa Nghiêm, Thích Trí Tịnh dịch, Phật Học Viện Quốc Tế xuất bản.1983.

Pháp Ngữ Kinh Hoa Nghiêm, tập 1, Biên soạn: Thích Nữ Giới Hương, Giới thiệu: Hòa thượng Thích Như Minh. NXB Tôn Giáo, 2023, trang 56-92.

Phật giáo tương đồng với các phát hiện khoa học hiện đại.

Tóm lại, những khám phá gần đây của khoa học rất phù hợp với quan niệm về nguồn gốc con người và vũ trụ trong Phật giáo. Điều này gợi mở rằng một số tư tưởng của Phật giáo có nét tương đồng với những phát hiện của khoa học hiện đại.

Khoa học gia Walt Wihitman cho rằng chính khoa học đã vén bức màn bí mật của khoa học (*...worlds unthought of until the searching mind of science laid them open to mankind*).[156] Nhưng thật ra Đức Phật đã thấy điều này từ những năm trước công nguyên.

Vâng đúng vậy, "Hãy giữ tâm của bạn vững chắc và bình tĩnh trước cả tỷ vũ trụ bao la đầy ngạc nhiên này" (*Let your soul stand cool and composed before a million universes*).[157]

VẤN ĐỀ THỨ TƯ được thuyết trình là hành tinh của con người.

Với những hình ảnh màu, gợi đầy tính tìm hiểu hiếu kỳ trong sách khoa học cùng với những hình ảnh trong các slide show do Zartha và nhà khoa học (*Astronaut*) Sunita Williams sưu tầm đã cho chúng ta thấy trái đất nhỏ hơn mặt trời. Mặt trời nhỏ hơn thế giới *Sirius*. *Sirius* nhỏ hơn *Polluv*. *Polluv* nhỏ hơn *Arturus*. *Arturus* nhỏ hơn *Rigel*. *Rigel* nhỏ hơn *Aldobasan*. *Aldobasan* nhỏ hơn *Antares*. Trái đất nhỏ như một chấm cát, một điểm mực khi so với các dãy ngân hà, thiên hà và các ngôi sao đó. Theo quan điểm thông thường của số đông, trái đất rộng lớn với năm châu, bốn biển, rừng vàng, đất bạc mà so với các thế giới khác còn nhỏ bé tí tẹo huống chi bản thân của chúng ta như nhà khoa học Christian

156. The Universe and Beyond, trang 55.

157. The Universe and Beyond, trang 119.

Huygens nói: "Nhìn vào tổng thể, vũ trụ thật là bao la trong khi trái đất chúng ta đang sống thì không đáng kể chút nào". (*How vast those Orbs must be, and how inconsiderable this Earth*).[158]

Vũ trụ không đáng kể thì năm châu quá nhỏ khi so sánh. Năm châu nhỏ nhít thì nước Việt Nam, Ấn Độ, Hoa Kỳ càng nhỏ nhít. So với ba nước đó thì tấm thân đất nước gió lửa bèo bọt này của mình thật không đáng kể chút nào.

Thế nên, hiểu biết về vũ trụ quan giúp cho chúng ta thấy rõ chân lý "vô ngã" (*no-self*) của Phật giáo, thấy được thân tứ đại vô cùng nhỏ bé của mình. Điều này cũng giúp cho chúng ta thấy được những tranh cãi hơn thua, bạn giỏi hơn, vĩ đại hơn, quyền lực hơn, độc đáo hơn, quan trọng hơn, to cao hơn, và v.v... đôi khi thật là vô nghĩa. Hãy sống với sự tỉnh thức.

Tất cả loài người chúng ta chỉ là một điểm bé tí không đáng kể trong một dấu chấm xanh nhỏ của trái đất này. Chúng ta thật nhỏ nhen so với cái vô cùng của vũ trụ này. Những khó khăn chướng ngại, những khác biệt của chúng ta thật không đáng kể so với vũ trụ bao la. Hành tinh chúng ta đang sống thật là mong manh. Hãy chăm sóc hành tinh này bởi vì nó là ngôi nhà duy nhất để xác thân tứ đại này nương sống.

Sau khi thuyết trình viên kết thúc bài giảng, chư tôn đức Tăng Ni đã góp ý như sau:

Hòa thượng Thích Chơn Thành: Cám ơn Ni sư Giới Hương đã thuyết trình và cho xem các slide show chiếu giới thiệu về vũ trụ quan thật là vô giá. Hình ảnh của vũ trụ chiếu rất đẹp, rất quý nhưng tâm của chúng ta còn đẹp hơn nữa nếu chúng ta biết phát huy.

---

158. The Universe and Beyond, trang 41.

Khi trước, tôi cũng có nghiên cứu về khoa học đôi chút, nên tôi biết một năm ánh sáng = 6 trillion miles (*6.000.000.000.000 dặm*) và những nghiên cứu gần đây của khoa học cho thấy có nhiều thế giới đang có mặt đã giúp soi sáng thêm những gì Chư Phật đã thấy. Thiên chúa thì nói thế giới do Chúa sáng tạo, Hindu thì nói do đấng Phạm thiên, các tôn giáo khác thì cho có đại ngã, thần linh... Phật giáo nhấn mạnh vô ngã, vô pháp, không thật thể, sanh trụ dị diệt, vì thế chúng ta không nên vướng vào các phiền não của ngã và pháp.

Hòa thượng Hóa Chủ Thích Quảng Thanh: Thay mặt Chư Tôn đức, cám ơn Ni sư Giới Hương đã thuyết trình về vũ trụ quan cho thấy khoa học có nhiều ý phù hợp với kinh điển và đã chiếu những hình ảnh rất quý giá. Ni sư đã bỏ nhiều thời gian trong việc biên soạn các tài liệu và sưu tầm hình ảnh để giới thiệu. Đề tài này khiến chúng ta tự hỏi không biết lúc trước chúng ta ở thế giới nào, luân hồi vào các thế giới nào? Biết đâu chúng ta đã đi qua nhiều hành tinh xa xôi nào đó. Ta đã có mặt ở đâu đó và bây giờ ngồi tại chánh điện chùa Bảo Quang để tu tập và phát nguyện sanh về thế giới phương Tây của Đức Phật A Di Đà. Thế giới ấy là một trong vô số thế giới bao la mà chúng ta vừa xem phim.

Ni sư Như Bảo: Cũng xin cảm ơn Giới Hương đã đưa quý chư Tôn đức và đại chúng đi du lịch khắp năm châu, lên núi, xuống biển, đi ban ngày rồi đêm (*phim chiếu năm châu sáng rỡ lúc ban ngày và lộng lẫy lung linh ánh đèn lúc đêm khuya*). Rồi đi lên sao hỏa, mặt trăng, mặt trời và vòng quanh vũ trụ bao la. Tôi có cảm giác rất thích. Khi nãy Giới Hương cũng có kể chuyện nhổ mũi tên độc. Hy vọng nếu còn thời gian, xin Giới Hương giải thích thêm về cách thức nhổ mũi tên.

Thượng tọa Tâm Thành: Hôm nay tại chùa Bảo Quang, tôi, Tâm Thành khi nghe Ni sư Giới Hương thuyết trình đề tài "Trầm Tư Về Vũ Trụ Xung Quanh Chúng Ta", tôi xin bổ sung vào hai câu chuyện để thấy rằng trong các kinh nêu ra rõ ràng có nhiều thế giới xung quanh. Đặc biệt rải rác trong các Bộ A Hàm, hay Trung Bộ Kinh, v.v... Thật ra, tôi không nhớ tên rõ của các tựa kinh này vì đọc đã lâu, nhưng xin tóm lược lại như sau:

Câu chuyện thứ nhất là có những vị trời thường vào đêm khoảng 12 giờ khuya đến 2 giờ sáng hay bay đến Tịnh Xá Kỳ Hoàn để nghe Đức Phật thuyết pháp. Những vị trời này ánh sáng hào quang rạng rỡ soi rõ cả khu vườn, có vị ánh sáng lớn hơn. Khi ngài A-nan thấy những ánh sáng đó, Ngài thường thưa hỏi Đức Phật đó là những vị trời nào, có duyên sự gì đến đây, ở thế giới nào đến mà ánh sáng chói ngời như thế và đi có lâu không? Đức Thế Tôn liền kể tên của các vị trời, tên thế giới và nhân duyên các vị đó muốn đến xin Thế Tôn chỉ dạy pháp gì, v.v... Đặc biệt khi Đức Phật trả lời cách đi và tốc độ bay của các vị trời từ thế giới này đến thế giới khác thì Ngài cho một ví dụ như sau: Ví như một nhà đại lực sĩ duỗi cánh tay (*ý nói rất nhanh)* thì vị trời kia từ thế giới đó biến mất và hiện ngay trước mặt Đức Như Laì. Nếu theo các kinh so sánh thì ta có thể thấy thần thông của các vị trời bay nhanh hơn tốc độ anh sáng (*300.000km/giây)*. Theo khoa học hiện đại ta cũng biết khoảng cách từ mặt trời đến trái đất khoảng 149 triệu km (*cây số*) và thời gian ánh sáng mặt trời từ trái đất là khoảng tám phút. Nếu so thần thông của một vị trời và tốc độ ánh sáng ta thấy các vị trời này đi nhanh hơn.

Câu chuyện thứ hai xin nói về tuổi thọ hay thọ mạng (*thời gian sống lâu hay mau*) của các vị tiên so với con người ở trái đất. Kinh A-hàm kể như sau: Có một tiên nữ đang đi hái hoa buổi trưa, bất chợt cô cảm thấy mệt và ngủ thiếp đi hơn hai giờ. Thần thức của vị tiên nữ kia sanh vào nhà người giàu có ở thành Xá Vệ. Nàng là con gái của một trưởng giả có nhan sắc và được gả cho một công tử. Sau khi hạ sanh được một đứa con trai, cô bỗng nhớ lại kiếp trước của mình là một vị tiên nữ đang hái hoa và cô phân vân không biết làm sao để lên lại cõi trời? Cô cần phải có đủ phước đức mới được trở lại kiếp làm tiên nữ. Nghe nói tu Bát Quan Trai Giới sẽ có nhiều phước đức nên cô ráng tu để trở về chốn cũ.

Sau vài năm tu tập, cô cũng hạ sanh thêm vài người con cho công tử và cô chết khoảng tuổi 26. Lúc đó, ai cũng thương tiếc và ngạc nhiên vì cô rất xinh đẹp, tánh tình dễ thương, chuyên làm việc thiện mà sao lại chết quá trẻ, nên đến hỏi Đức Thế Tôn. Đức Phật trả lời vì cô ta muốn về chốn cũ có người chồng trên trời mới là chính. Sau khi cô tiên nữ nhập hồn trên trời đi về cung điện, người chồng tiên hỏi tiên nữ: "Nàng nảy giờ đi đâu?" Tiên nữ trả lời: "Hồi nảy giờ thiếp đã xuống trần gian. Thiếp được gả cho một công tử tại thành Xá Vệ và đã hạ sinh ba người con cho người chồng dưới thế gian ấy". Vị phu quân trời mới nói: "Sao mà mau thế!'

Thế nên, khi nói đến thời gian hay thọ mạng sự sống, ta có thể nói tùy theo thế giới mà có thời gian và tuổi thọ khác nhau, không nhất thiết căn cứ vào hành tinh trên trái đất chúng ta đang ở.

Tôi cũng xin trả lời câu nói Đức Phật ít trả lời những câu hỏi về thế giới và vũ trụ rằng thế gian này thường hay vô thường, hữu biên hay vô biên v.v... Lý do là tùy theo trường hợp mà Đức Phật trả lời hay không. Ngài thường im lặng với những người không có tâm học hỏi để tu tập mà cốt để hí luận. Còn các vị nào đã hiểu và có tâm cầu giác ngộ như các Bồ tát, thì Đức Phật sẽ mô tả thế giới này kia như kinh Hoa Nghiêm, Pháp Hoa mô tả. Vì những vị này đã nhổ được mũi tên độc và đã uống thuốc trừ độc, đã được giải thoát có được thần thông nhìn suốt, bay đi tự tại thì thấy được các thế giới rồi.

Xin cám ơn quý vị đã lắng nghe.

Mùa hạ Chùa Bảo Quang, ngày 27 tháng 7 năm 2010

Kính tường,

Thích Nữ Giới Hương

TÀI LIỆU THAM KHẢO

- Sách The Universe and Beyond (T*erence Dickinson, 4th edition, 2004*)
- Các bài viết về Phật Giáo và Khoa Học của Trần Chung Ngọc
- Slide show: Mars, Universe Special English Astronomy 2 with the Blue Wonderful Planet and Blue Beauty of Astronaut Sunita Williams.

Phụ Lục 2

GIỚI THIỆU SÁCH LIÊN QUAN ĐẾN SỰ TIẾN HÓA CỦA VŨ TRỤ VÀ CON NGƯỜI

(*Thích Nữ Giới Hương tổng hợp*)

1. Dalai Lama, The Universe in a Single Atom: Đức Đạt Lai Lạt Ma thảo luận về những giao điểm giữa khoa học và Phật giáo, đặc biệt về những khám phá trong lĩnh vực vật lý hạt nhân.
2. Thích Nhất Hạnh, Lá thư Yêu thương gởi Đất Mẹ (*Lilly Greenblatt*), The Heart of the Buddha's Teaching, và nhiều tác phẩm khác: Thiền sư đã dùng những ngôn ngữ đơn giản mô tả về sự kết nối kỳ diệu của hành tinh xanh và vũ trụ bao la với con người chúng ta.
3. Tran Chung Ngoc, Buddhism & Science (*Phật Giáo và Khoa Học*) cho thấy Phật giáo càng chứng tỏ là một tôn giáo, từ cấu trúc, tư tưởng trong các kinh điển cho tới phương pháp hành trì, rất tương hợp với khoa học.
4. Eckhart Tolle, The Power of Now, Eckhart Tolle: khám phá về ý thức hiện tại kết nối với cuộc sống trên trái đất hàng ngày.
5. Matthieu Ricard và Trịnh Xuân Thuận, The Quantum

and the Lotus: thảo luận về sự kết hợp giữa những ý tưởng khoa học hiện đại và triết lý Phật giáo.

6. Fritjof Capra, The Tao of Physics: Capra khám phá sự tương đồng giữa lý thuyết vật lý hiện đại và triết lý Đông Á, bao gồm cả Phật giáo.
7. Joseph Campbell, The Power of Myth: khám phá những điểm chung giữa các truyền thuyết tâm linh từ các văn hóa khác nhau và kết nối với Vũ trụ lớn.
8. Hermann Hesse, Siddhartha: Một cái nhìn độc đáo về hành trình tìm kiếm ý nghĩa cuộc sống và sự kết nối với vũ trụ của Thái Tử Sĩ-Đạt-Đa tức Đức Phật Thích Ca.
9. James Redfield, The Celestine Prophecy: nói về cuộc hành trình đầy mạo hiểm tìm kiếm Thủ bản - một cổ thư chứa đựng những lời tiên tri cho nhân loại, được viết từ hàng ngàn năm trước, được phát hiện tại vùng tàn tích Celestine (*Peru*) và đã mất tích một cách bí ẩn.
10. Peter Wohlleben, The Hidden Life of Trees: Cuộc sống ẩn giấu của cây cối: Chúng cảm nhận thế nào, chúng giao tiếp như thế nào. Những khám phá từ một thế giới bí mật (*của thiên nhiên*).
11. Robin Wall Kimmerer, Braiding Sweetgrass: thực vật và động vật là những người thầy lâu đời nhất của chúng ta. Đây là "một cuộc hành trình vừa thần thoại vừa khoa học, vừa thiêng liêng vừa lịch sử, vừa thông minh vừa khôn ngoan." (*Elizabeth Gilbert*).
12. Paulo Coelho, The Alchemist: Cuốn sách này mang đến một câu chuyện huyền bí về hành trình tìm kiếm ý nghĩa và sự kết nối với Vũ trụ, đồng thời giúp mở rộng hiểu biết về sự kết nối và ý nghĩa của cuộc sống.

"Trái tim tôi sợ rằng nó sẽ phải đau khổ," cậu bé nói

với nhà giả kim vào một đêm nọ khi họ nhìn lên bầu trời không trăng. "Hãy nói với trái tim bạn rằng nỗi sợ đau khổ còn tệ hơn chính sự đau khổ. Và rằng không có trái tim nào có nỗi sợ đó." từng đau khổ khi đi tìm giấc mơ của mình."

13. Stephen Hawking, A Brief History of Time: Là một tập sách mang tính bước ngoặt về khoa học được viết bởi một trong những bộ óc vĩ đại của thời đại chúng ta. Cuốn sách của Stephen Hawking khám phá những vấn đề sâu sắc như: Vũ trụ bắt đầu như thế nào và điều gì khiến nó có thể bắt đầu? Phải chăng thời gian luôn trôi về phía trước? Vũ trụ có vô tận hay có ranh giới? Có những chiều không gian khác trong không gian? Điều gì sẽ xảy ra khi mọi chuyện kết thúc?

    Với ngôn ngữ dễ hiểu và những hình ảnh thú vị và trí tưởng tượng sâu sắc, Stephen Hawking đưa chúng ta đến gần hơn với những bí mật sâu xa nhất ngay trong lòng tạo hóa.

14. Nicolaus Copernicus, a Man Who Revolutionized Science: Copernicus là nhà thiên văn học Ba Lan, người đã đề xuất mô hình Heliocentric, trong đó Trái Đất và các hành tinh khác quay quanh Mặt Trời, mở đầu cho sự hiểu biết hiện đại về hệ Mặt Trời.
15. Johannes Kepler, The social world, the First Scientific Crystallographer: Kepler, một nhà thiên văn học và toán học Đức, đã đưa ra ba quy luật chuyển động của các hành tinh, giúp mở ra cánh cửa cho việc hiểu biết về cơ chế hình thành và chuyển động của hệ Mặt Trời.
16. Galileo Galilei, The High Altitude Observatory: Nhà thiên văn học và nhà khoa học người Ý này đã sử dụng kính viễn vọng để quan sát các hành tinh và đã đưa ra các chứng cứ thêm vào lập luận của Copernicus về mô

hình Heliocentric.

17. Isaac Newton, The Man Discovered Gravity: Newton, nhà vật lý và toán học người Anh, phát hiện ra trọng lực và phát triển lý thuyết về luật hấp dẫn, giải thích cơ chế định hình và chuyển động của các hành tinh trong hệ Mặt Trời.

18. Pierre-Simon Laplace, The Man discovered the stability of the solar system: Laplace, một nhà toán học và thiên văn học người Pháp, đã đưa ra mô hình nổi tiếng "Lập Luận Laplace" về hình thành của Hệ Mặt Trời từ một đám mây khí và bụi.

    Ông nổi tiếng với những nghiên cứu về tính ổn định của hệ mặt trời và lý thuyết truyền sóng từ, điện và nhiệt. Trong công trình quan trọng nhất trong đời của mình, ông đã áp dụng lý thuyết hấp dẫn của Newton vào hệ mặt trời để giải thích sự lệch của các hành tinh so với quỹ đạo được dự đoán bởi lý thuyết này (*1773*). Newton tin rằng chỉ có sự can thiệp của thần thánh mới có thể giải thích được trạng thái cân bằng của hệ mặt trời, nhưng Laplace đã thiết lập cơ sở toán học cho nó, bước tiến quan trọng nhất trong thiên văn học vật lý kể từ Newton.

19. Carl Sagan, The Possibility of Extraterrestrial Life: Một nhà thiên văn học, nhà khoa học hành tinh và nhà truyền thông khoa học người Mỹ. Đóng góp khoa học nổi tiếng nhất của Ông là nghiên cứu về khả năng tồn tại sự sống ngoài Trái đất, bao gồm cả việc chứng minh thực nghiệm việc sản xuất axit amin từ các hóa chất cơ bản bằng cách tiếp xúc với ánh sáng.

20. Neil deGrasse Tyson, The Director of the Hayden Planetarium: Nhà vật lý thiên văn, tác giả và nhà truyền thông khoa học, người nổi tiếng với việc phổ biến khoa

học. Ông có nhiều đóng góp cho vật lý, thiên văn học và vật lý thiên văn, đồng thời là giám đốc Cung thiên văn Hayden.

21. Charles Darwin, The Origin of Species (*Nguyên Thể Loài*): Nhà khoa học người Anh, giải thích các loài thay đổi như thế nào thông qua quá trình chọn lọc tự nhiên. Ông đề xuất lý thuyết tiến hóa bằng tự nhiên và lựa chọn tự nhiên, mô tả về sự sinh tử và sự sống trên Trái Đất.

22. Rachel Carson, "Silent Spring" (*Mùa Xuân Im Lặng*): Bà là một trong những tiếng nói có ảnh hưởng nhất trong văn học và chủ nghĩa môi trường của thế kỷ 20. Tác phẩm nói về tác động của hoá chất độc hại lên môi trường và cuộc sống trên Trái Đất.

23. Carl Sagan, Cosmos: A Personal Voyage: Sagan, nhà thiên văn học và nhà văn Mỹ, đã viết nhiều về cuộc sống trên Trái Đất trong các tác phẩm văn học và trong các chương trình truyền hình như "Cosmos: A Personal Voyage."

24. David Attenborough, Life On Earth: Nhà sinh vật học, phát thanh viên và nhà sử học tự nhiên người Anh. Ông nổi tiếng với công việc trình bày và viết phim tài liệu về thiên nhiên cho đài BBC. Tên của Ông cũng là tên của RRS Sir David Attenborough, một con tàu được sử dụng bởi Cơ quan Khảo sát Nam Cực của Anh.

25. Jane Goodall, The World-renowned Scientist to Global Conservation: Goodall, một nhà sinh vật học và nhà bảo tồn người Anh, đã nghiên cứu và viết về các loài động vật, đặc biệt là về hành vi và sinh học của loài khỉ, giúp hiểu sâu hơn về cuộc sống trên Trái Đất.

26. Stephen Jay Gould, Wonderful Life: The Burgess Shale and the Nature of History: Gould là một nhà cổ

sinh vật học (*paleontologist*) và nhà triết học khoa học người Mỹ, tác giả của nhiều tác phẩm về lịch sử tự nhiên về cách mà cuộc sống đã phát triển và thích ứng trên Trái Đất.

27. E.O. Wilson, On Human Nature: Wilson, một nhà sinh thái học và nhà nghiên cứu người Mỹ, đã viết nhiều về đa dạng sinh học và về tầm quan trọng của việc bảo tồn môi trường để duy trì cuộc sống trên Trái Đất.

28. Nguyen, T., & Lee, S., Exploring the Spiritual Connection to the Cosmos. Tạp chí: Journal of Spirituality and the Universe, nói về hành trình khám phá vũ trụ kỳ bí.

29. Bruno Latour, We Have Never Been Modern: Người Pháp, Bruno Latour là một nhà xã hội học khoa học nổi tiếng, Ông đã viết nhiều về triết học của khoa học và cách tiếp cận hiện đại trong nghiên cứu khoa học.

30. Thomas Kuhn, The Structure of Scientific Revolutions (*Các Cuộc Cách Mạng Khoa Học*): Nhà triết học người Mỹ nổi tiếng với công trình khoa học, trong đó Ông phân tích về sự phát triển của kiến thức khoa học và cách nhìn hiện đại về nghiên cứu khoa học.

31. Donna Haraway, Manifesto Cyborg: Nhà xã hội học và nhà lý thuyết văn hóa Mỹ, Donna Haraway đã đóng góp vào lĩnh vực Nghiên cứu Khoa học và Công nghệ (*STS*) đã viết nhiều về góc nhìn hiện đại về khoa học và công nghệ.

32. Michel Foucault, The Foucault Reader and Power/ Knowledge Reader: Triết gia và nhà xã hội học người Pháp, Michel Foucault đã có những công trình nổi tiếng về vấn đề quyền lực và tri thức, những góc nhìn hiện đại về phương pháp nghiên cứu và nghiên cứu khoa học.

33. Karin Knorr Cetina, Epistemic Cultures: How the Sciences Make Knowledge: Nhà xã hội học người Áo nổi tiếng với các nghiên cứu về sự toàn cầu hóa của khoa học và cách tiếp cận hiện đại trong nghiên cứu khoa học.
34. Steven Shapin, An Example of the Good Life: nhà xã hội học khoa học người Anh đã nghiên cứu về sự phát triển của kiến thức khoa học và cách tiếp cận hiện đại trong nghiên cứu khoa học.
35. Carl Sagan, Cosmos: Carl Sagan mô tả về Vũ trụ, đưa ra những ý tưởng về sự kết nối giữa con người và vũ trụ.
36. Brian Greene, The Elegant Universe: Sách này khám phá các khía cạnh phức tạp của thế giới vô hình và vật lý (*a specialist in quantum field theory, believes that the two pillars of physics can be reconciled in superstring theory, a theory of everything*).
37. Deepak Chopra, The Seven Spiritual Laws of Success và The Book of Secrets: Là một bác sĩ, tác giả và nhà tư vấn người Ấn Độ, Deepak Chopra đã viết nhiều sách về sức khỏe tinh thần, triết học Đông phương và sự kết nối giữa tâm linh và vũ trụ.
38. Eckhart Tolle, The Power of Now và A New Earth: Là một tác giả người Đức, Eckhart Tolle đã viết nhiều sách về sự tỉnh thức và tâm linh, trong đó Ông giải thích về sự kết nối giữa bản thân và vũ trụ.
39. Wayne Dyer, The Power of Intention và Change Your Thoughts - Change Your Life: Là một tác giả và diễn giả người Mỹ, Wayne Dyer đã viết nhiều sách về phát triển bản thân và tâm linh. Trong các tác phẩm của mình, Ông thường nhấn mạnh về sự kết nối của con người với vũ trụ và nguồn năng lượng vô hình.

40. Marianne Williamson, A Return to Love: Là một tác giả và diễn giả người Mỹ, Marianne Williamson đã viết nhiều sách về tâm linh và sự tỉnh thức. Trong các tác phẩm của mình, Bà thường giảng giải về mối quan hệ giữa tâm linh và vũ trụ, và về sức mạnh của tình yêu và sự tha thứ...

TÀI LIỆU THAM KHẢO

Nguồn Tiếng Việt:

1. Kinh Hoa Nghiêm, Thích Trí Tịnh dịch, Phật Học Viện Quốc Tế xuất bản, Phật lịch 2532, 1988.
2. Kinh Thủ-Lăng-Nghiêm, Tâm Minh dịch, Phật-Học-Viện Quốc-Tế, Sepulveda, CA., 1981.
3. Kinh A Di Đà, Hán dịch: nhà Dao Tần, Ngài Tam Tạng Pháp Sư Cưu Ma La Thập dịch, Việt dịch: Hòa thượng Thích Trí Tịnh, Saigon, Việt Nam, Nhà xuất bản Hồng Đức, 1990.
4. Kinh Trung Bộ, HT Thích Minh Châu dịch, Viện Nghiên Cứu Phật Học VN, 1991.
5. Tăng Chi Bộ Kinh (*Anguttara Nikàya*), Hòa thượng Thích Minh Châu dịch Việt, Viện Nghiên Cứu Phật Học VN, 1991.
6. Kinh Kim Cang giảng giải, HT Thích Thanh Từ, NXB Tôn Giáo, 2019.
7. Kinh Viên Giác giảng giải, HT Thích Thanh Từ, NXB Tôn Giáo, 2000.
8. Kinh Diệu Pháp Liên Hoa, Đời Diêu Tần Ngài Tam Tạng Pháp Sư Cưu Ma La Thập dịch từ tiếng Phạn sang Hoa văn, Dịch Việt: HT Thích Trí Tịnh. NXB Tôn giáo, 2021.
9. Phật tổ Ngũ Kinh, HT Thích Hoàn Quan, NXB Tp HCM, 2017.

10. Đại Trí Độ Luận quyển 2, Đại Chánh Tân Tu, số 1509 và Câu Xá luận quyển 19, Đại Chánh Tân Tu, số 1558.
11. Nhị Khóa Hiệp Giải (*Thời Khóa tụng khuya và thời khóa tụng chiều*) Chú giải: Ngài Quán Nguyệt Dịch giả: HT Khánh Anh, Phật Học Viện Quốc Tế Xuất Bản, PL 2533-1989.
12. Kinh Pháp Bảo Đàn, HT. Thích Thanh Từ, NXB TpHCM, 1992.
13. Phật Học Phổ Thông, Thích Thiện Hoa, Khóa thứ VI-VII và IX, Phật-Học-Viện Quốc-Tế, Sepulveda, CA., 1981.
14. Phật học cơ bản, 4 tập, Ban hoằng Pháp Trung ương, NXB TpHCM, 2010.
15. Thích Nhất Hạnh, Vấn Đề Nhận Thức Trong Duy Thức Học, Phật-Học-Viện Quốc Tế, Sepulveda, CA., 1980.
16. Đạt Lai Lạt Ma, Vũ Trụ Trong Một Nguyên Tử (*Nguyên tác: The Universe in a Single Atom*), Dịch Việt: Làng Đậu Võ Quang Nhân, 2005.
17. Đức Đạt Lai Lạt Ma, Big Bang và Vũ Trụ Vô Thủy của Đạo Phật
18. (*The Big Bang and The Buddhist Beginningless Universe*), Chuyển ngữ: Tuệ Uyển.
19. Luận Đại Thừa Khởi Tín, Phật Học Phổ Thông Khóa Thứ X, XI, Phật Học Viện Quốc Tế xuất bản, 1981.
20. Kinh Pháp Cú (*Dhammapada*), Nguyên tác Pāli, bản dịch Việt ngữ cùng với câu chuyện dẫn tích tóm tắt và chú thích, Tác giả: Nārada Mahāthera, Người dịch: Phạm Kim Khánh, 1971.
21. Trịnh Xuân Thuận, Science and Buddhism: A Meeting of the Mind (*Khoa học và Phật Giáo: Cuộc Gặp gỡ tại*

Tâm), 2011.

22. Trịnh Xuân Thuận, Giai điệu huyền bí (*La Mélodie Secrète*), Hỗn mang và Hòa điệu (*Le Chaos et l'Harmonie*), 2000.
23. Matthieu Ricard và Trịnh Xuân Thuận, Kết Nối Giữa Vũ Trụ và Phật Giáo "The Quantum and the Lotus" (*Lượng Tử và Hoa Sen*), 2010.
24. Vân Nguyên, Luận Đại Trí Độ, Viện triết lý Việt Nam và triết học thế giới xuất bản, 1992
25. Trần Chung Ngọc, Phật Giáo và Khoa Học, 2008.
26. Akira Sadakata, Vũ trụ quan Phật Giáo, Trần Văn Duy dịch và chú thích, 1997.
27. Phúc Lâm, Vài Huyền Thoại Cổ Xưa Về Nguồn Gốc Con Người Và Vũ Trụ, NXB Tôn Giáo, 2010.
28. Phúc Lâm, Phật giáo và Khoa Học, NXB Tôn Giáo Hà Nội, 2010.
29. Thích Nữ Giới Hương, Pháp Ngữ Kinh Hoa Nghiêm, 2 tập, Giới thiệu: Hòa thượng Thích Như Minh. NXB Tôn Giáo. 2023.
30. Thích Nữ Giới Hương, Tinh hoa Kinh Hoa Nghiêm, NXB Tôn Giáo, 2023.
31. Thích Nữ Giới Hương, Pháp Ngữ trong Kinh Kim Cang, Tái bản lần 4, NXB Ananda Viet Foundation, 2019.
32. Thích Nữ Giới Hương, Vòng Luân Hồi, NXB Văn Hóa, 2018.
33. Thích Nữ Giới Hương, Luân hồi trong Lăng Kính Lăng Nghiêm, Nhà Văn hóa Sài gòn, 2008.
34. Tiến Sĩ Buddhadasa P.Kirthisinghe, Phật Giáo và Khoa Học (*Buddhism and Science*), Nguyên tác của Tổng

Thư Ký Á-Châu. Đại Diện Hội Đại Bồ Đề Ấn Độ và Tích Lan, Đặc Sứ Danh Dự Hàn Lâm Viện Phật Giáo Hoa Kỳ, New York.

35. Sogyal Riponche, Tạng Thư Sống Chết, Trí Hải dịch, NXB Tp HCM.
36. Bs Brain L. Weiss, Tiền Kiếp và Luân Hồi, Du hành qua các vùng Tâm thức, Thích Tâm Quang dịch, NXB Tôn Giáo, 2012.
37. Huy Thông và Nguyên Hạ, Einstein & Đức Phật gặp gỡ Tư Tưởng, NXB Văn nghệ TpHCM, 2007.
38. Ni sư Ayya Khema, Khi Nào Chim Sắt Bay, NXB Tổng hợp TpHCM, 2023.
39. Ni sư Ayya Khema, Qui Trình Tâm Pháp-Ốc Đảo Tự Thân, NXB Tổng Hợp TpHCM, 2010.
40. Lê Huy Trứ, Khái Niệm Không-Thời Gian, 2018.
41. Lê Huy Trứ, Phật Giáo và Vũ Trụ Quan, 2019.
42. Lê Huy Trứ, Vô Tự Kinh, 2015.
43. Toàn Không, Lời Phật Dạy Và Khoa Học, 2013.

Nguồn Tiếng Anh:

1. Tenzin Gyatso, the 14th Dalai Lama, The Universe in a Single Atom, Morgan Road Books, 2005.
2. Terence Dickinson, The Universe and Beyond, 4th edition, 2004.
3. Trịnh Xuân Thuận, The Birth of the Universe: The Big Bang and After, Harry N. Abrams, Inc., Publishers, New York, 1993.
4. Angela, Piero & Alberto, The Extraordinary Story of Life on Earth, Prometheus Books, New York, 1996.

5. Arnold, Edwin, The Light of Asia, The Theosophical Publishing House, Illinois, USA, 1971.
6. Asimov, Isaac, Beginnings: The Story of Origins of Mankind, Life, the Earth, the Universe, Berkley Books, New York, 1989.
7. Birx, James, Interpreting Evolution: Darwin & Teilhard De Chardin, Prometheus Books, New York, 1991
8. Bodmer, Walter & McKIe, Robin, The Book of Man: The Quest to Discover Our Genetic Heritage, Little, Brown and Company, London, 1994.
9. Boslough, John, Stephen Hawking's Universe, Avon Book, New York, 1985
10. Buddhadasa P. Kirthisinghe, Editor, Buddhism and Science, New Delhi, India, 1984
11. Bullough, Vern L., The Scientific Revolution, Holt, Rinehart & Winston, Inc., New York, 1970.
12. Campbell, Joseph, Oriental Mythology: The Masks of God, Penguin Books, New York, 1976.
13. Capra, Fritjof, The Tao of Physics, Shambhala, Boulder, 1975; Uncommon Wisdom, Bantam Books, New York, 1988
14. Chown, Marcus, Afterglow of Creation: From the Fireball to the Discovery of Cosmic Ripples, University Science Books, Sausalito, CA., 1996.
15. Clark, W. E. Le Gros, The Antecedents of Man, Harper TorchBooks, New York, 1959.
16. Hawking, Stephen, A Brief History of Time: From The Big Bang To Black Holes, Bantam Books, New York, 1990.
17. Hayward, Jeremy W., Shifting Worlds, Changing

Minds: Where The Sciences and Buddhism Meet, Shambala, Boston & London, 1987.

18. Holdrege, Craig, Genetics & The Manipulation of Life: The Forgotten Factor of Context, Lindisfarne Press, New York, 1996.

19. Hsuan Hua, Shastra on the Door to Understanding the Hundred Dharmas, Talmage, CA. 1983.

20. Ikeda, Daisaku, Buddhism and the Cosmos, Macdonald Book, London, 1985.

21. Leaky, Richard & Lewin, Roger, Origins Reconsidered: In Search of What Makes Us Human, Doubleday, New York, 1992.

22. Lewin, Roger, Patterns in Evolution: The New Molecular View, Scientific American Library, New York, 1999.

23. Lockley, Martin, The Eternal Trail: A Tracker Looks at Evolution, Perseus Books, Reading, Massachusetts, 1999.

24. Morris, Richard, The Edges of Science, Prentice Hall Press, New York, 1990.

25. Relethford, John H., The Human Species, Mayfield Publishing Company, California, 1997.

26. Revel, Jean-Francois & Ricard, Matthieu, The Monk and the Philosopher, Schocken Books, New York, 1999.

27. Ruse, Michael, But Is It Science? The Philosophical Question in the Creation/Evolution Controversy, Prometheus Books, New York, 1996.

28. Serafini, Anthony, The Epic History of Biology, Plenum Press, New York, 1993.

29. Shapiro, Robert, Origins: A Skeptic Guide To The Creation of Life on Earth, Bantam Books, New York, 1987.

30. Silk, Joseph, The Big Bang, W.H. Freeman and Co., New York, 1989.

31. Singh, Simon, Big Bang: The Origin of the Universe, Fourth Estate, New York, 2004.

32. Smolin, Lee, The Life of the Cosmos, Oxford University Press, 1997.

33. Staguhn, Gerhard, Man and His Cosmos, Aaron Asher Books, New York, 1990.

34. Talbot, Michael, The Holographic Universe, Harper Collins Publishers, New York, 1991.

35. Wade, Nicholas, Before the Dawn: Recovering the Lost History of Our Ancestors, The Penguin Press, New York, 2006.

36. Zukav, Gary, The Dancing Wu-Li Masters, Bantam Books, 1979.

37. Terence Dickinson, The Universe and Beyond, 4th edition, 2004.

THAM KHẢO THÊM

Youtube:

1. Có bao nhiêu vũ trụ? Phim dài 5:21 phút.

   https://www.youtube.com/watch?v=LdxtPjH7WbE

2. Xuyên suốt vẻ đẹp biến hóa kỳ diệu của vũ trụ - phim dài 3 phút.

   https://www.youtube.com/watch?v=aXzomRzI_BU

3. Vũ trụ có vĩnh hằng không và Đức Phật đã trả lời. Phim dài 1 tiếng

   https://www.youtube.com/watch?v=ATFhSqNKpf8

   https://www.youtube.com/watch?v=EshU7ZP2tOo

4. How Big is The Universe?

   https://www.youtube.com/watch?v=pSHVbLPWA28

5. Mars, Universe Special English Astronomy 2 with the Blue Wonderful Planet and Blue Beauty of Astronaut Sunita Williams

Online:

Thông tin Vũ trụ trên các trang mạng điện tử Online và AI Overview (*trí tuệ nhân tạo do Google phát triển);* en.wikipedia.org; webspace.ship.edu; Từ điển Phật học online...

TỦ SÁCH BẢO ANH LẠC

do Ni sư Tiến Sĩ T.N. Giới Hương biên soạn

1. *Boddhisattva and Sunyata in the Early and Developed Buddhist Traditions,* Bhikṣuṇī Gioi Huong, Delhi-7: Eastern Book Linkers, 1st print 2004. Tái bản 2nd reprint 2005 & Vietnam Buddhist University: HCM City: 3rd reprint.
2. *Bồ-tát và Tánh Không Trong Kinh Tạng Pali và Đại Thừa*, Thích Nữ Giới Hương, Delhi-7: Tủ Sách Bảo Anh Lạc, 2005. Tái bản lần 2 & 3, NXB Tổng Hợp Tp HCM, 2008 & 2010.
3. *Ban Mai Xứ Ấn* (3 tập) – *Tuyển tập các Tiểu Luận Phật Giáo*, Thích Nữ Giới Hương, Delhi-7: 2005 và 2006. Nhà Xuất Bản Văn Hóa Sài Gòn, 2008.
4. *Sārnātha - Vườn Nai – Chiếc Nôi Phật Giáo*, Thích Nữ Giới Hương, Delhi-7: 2005 và 2006. NXB Phương Đông, 2008 & 2010.
5. *Xá Lợi Của Đức Phật*, Tham Weng Yew, Thích Nữ Giới Hương chuyển ngữ, Delhi-7: 2005 và 2006. Tái bản lần 3, NXB Tổng Hợp Tp HCM, 2008.
6. *Quy Y Tam Bảo và Năm Giới*, Thích Nữ Giới Hương, Wisconsin, USA, 2008. Tái bản NXB Hồng Đức, năm 2010 & 2016.
7. *Vòng Luân Hồi*, Thích Nữ Giới Hương, NXB Phương Đông, 2008, 2010, 2014 và lần thứ 4, 2016.
8. *Hoa Tuyết Milwaukee,* Thích Nữ Giới Hương, NXB Văn

Hoá Sài gòn, 2008.

9. *Luân Hồi trong Lăng Kính Lăng Nghiêm,* Thích Nữ Giới Hương, NXB Văn Hóa Sài gòn, 2008, 2012, 2014 và lần thứ 4, 2016.

10. *Quan Âm Quảng Trần*, Thích Nữ Giới Hương, NXB Tổng Hợp, 2010, 2012, 2014 và lần thứ 4, 2016. NXB Hồng Đức, 2018.

11. *Sen Nở Nơi Chốn Tử Tù,* nhiều tác giả, Thích Nữ Giới Hương chuyển ngữ, NXB Văn Hóa Sài gòn, 2010, 2012 và 2014.

12. *Nữ Tu và Tù Nhân Hoa Kỳ,* (2 tập), Thích Nữ Giới Hương, NXB Văn Hóa Sài gòn, 2010, 2011, 2014 và lần thứ 4, 2016. NXB Hồng Đức, 2018.

13. *Nếp Sống Tỉnh Thức của Đức Đạt Lai Lạt Ma Thứ XIV:* (2 tập), Thích Nữ Giới Hương, NXB Hồng Đức, năm 2012, 2014, và 2016.

14. *A-Hàm: Mưa pháp chuyển hóa phiền não*, (2 tập), Thích Nữ Giới Hương, NXB Hồng Đức, năm 2012, 2014, và lần thứ 3, 2016.

15. *Góp Từng Hạt Nắng Perris*, Thích Nữ Giới Hương, NXB Hồng Đức, 2014.

16. *Pháp Ngữ của Kinh Kim Cang*, Thích Nữ Giới Hương, NXB Hồng Đức, 2014. Tái bản lần thứ 2 & 3: 2015 & 2016.

17. *Tập Thơ Nhạc Nắng Lăng Nghiêm*, Thích Nữ Giới Hương, NXB Hồng Đức, 2014.

18. *Rebirth Views in the Śūraṅgama Sūtra,* Dr. Bhikṣuṇī TN Giới Hương, Fifth Edition, NXB Hồng Đức, 2018.

19. *Commentary of Avalokiteśvara Bodhisattva,* Dr. Bhikṣuṇī TN Giới Hương, Fourth Edition, NXB Hồng Đức, 2018.

20. *Nét Bút Bên Song Cửa,* Thích Nữ Giới Hương, NXB Hồng Đức, 2018.
21. *Danh Ngôn Nuôi Dưỡng Nhân Cách - Good Words Nurture a Good Manner,* Thích Nữ Giới Hương sưu tầm, NXB Hồng Đức, 2020.
22. *Hương Sen, Thơ và Nhạc -Lotus Fragrance, Poem and Music* (Song ngữ Anh-Việt), Nguyễn Hiền Đức. Chuyển Anh Ngữ: Thích Nữ Giới Hương, NXB Hồng Đức, 2020.
23. *Cách Chuẩn Bị Chết và Giúp Người Sắp Chết-Quan Điểm Phật Giáo* (*Preparing for Death and Helping the Dying – A Buddhist Perspective*), Sangye Khadro, Chuyển Việt Ngữ: Thích Nữ Giới Hương, tái bản lần 5, NXB Hồng Đức, 2024.
24. *The Key Words in Vajracchedikā Sūtra*, Thích Nữ Giới Hương, NXB Hồng Đức Publishing, 2020.
25. 32.*Văn Hóa Đặc Sắc của Nước Nhật Bản-Exploring the Unique Culture of Japan* (Song ngữ Anh-Việt), Thích Nữ Giới Hương, NXB Hồng Đức, 2020.
26. *Take Refuge in the Three Gems and Keep the Five Precepts,* Thích Nữ Giới Hương, Hồng Đức Publishing, 2020.
27. *Sống An Lạc dù Đời không Đẹp như Mơ-Live Peacefully though Life is not Beautiful as a Dream* (Song ngữ Anh-Việt), Thích Nữ Giới Hương, NXB Hồng Đức, 2020.
28. *Sārnātha—The Cradle of Buddhism from an Archeological Perspective,* Thích Nữ Giới Hương, Hồng Đức Publishing, 2020.
29. *Hãy Nói Lời Yêu Thương-Words of Love and Understanding* (Song ngữ Anh-Việt), Thích Nữ Giới Hương, Hồng Đức Publishing, 2020.
30. *Văn Hóa Cổ Kim qua Hành Hương Chiêm Bái -The Ancient- Present Culture in Pilgrim* (Song ngữ Anh-Việt),

Thích Nữ Giới Hương, NXB Hồng Đức, 2020

31. *Cycle of Life*, Thích Nữ Giới Hương, NXB Hồng Đức, 2020.

32. *Nghệ Thuật Biết Sống-Art of Living* (Song ngữ Anh-Việt), Thích Nữ Giới Hương, Hồng Đức Publishing, 2020.

33. *Ni Giới Việt Nam Hoằng Pháp tại Hoa Kỳ*, Thích Nữ Giới Hương, Hồng Đức Publishing, 2020.

34. *Sharing the Dharma -Vietnamese Buddhist Nuns in the United States*, Thích Nữ Giới Hương, Hồng Đức Publishing, 2020.

35. *Tập Thơ Nhạc Lối Về Sen Nở,* Thích Nữ Giới Hương, NXB Hồng Đức, 2020.

36. *Hương Đạo Trong Đời 2022* (Tuyển tập 60 Bài Thi trong Cuộc Thi Viết Văn Ứng Dụng Phật Pháp 2022 - A Collection of Writings on the Practicing of Buddhism in Daily Life in the Writing Contest 2022), Thích Nữ Giới Hương biên soạn, NXB Hồng Đức, 2022.

37. *Hương Pháp 2022 (*Tuyển Tập Các Bài Thi Trúng Giải Cuộc Thi Viết Văn Ứng Dụng Phật Pháp 2022 - A Collection of the Winning Writings on the Practicing of Buddhism in Daily Life in the Writing Contest 2022) Thích Nữ Giới Hương biên soạn, NXB Hồng Đức, 2022.

38. *The Ceremony for Peace,* Bhikṣuṇī Thích Nữ Giới Hương composed, NXB Hồng Đức, 2023.

39. *The Lunch Offering Ritual,* Bhikṣuṇī Thích Nữ Giới Hương composed, NXB Hồng Đức, 2023.

40. *The Ritual Offering Food to Hungry Ghosts,* Bhikṣuṇī Thích Nữ Giới Hương composed, NXB Hồng Đức, 2023.

41. *The Pureland Course of Amitabha Sutra,* Bhikṣuṇī Thích Nữ Giới Hương composed, NXB Hồng Đức, 2023.

42. *The Medicine Buddha Sutra,* Bhikṣuṇī Thích Nữ Giới Hương composed, NXB Hồng Đức, 2023.

43. *The New Year Ceremony*, Bhikṣuṇī Thích Nữ Giới Hương composed, NXB Hồng Đức, 2023.

44. *The Great Parinirvana Day,* Bhikṣuṇī Thích Nữ Giới Hương composed, NXB Hồng Đức, 2023.

45. *The Buddha's Birthday Ceremony*, Bhikṣuṇī Thích Nữ Giới Hương composed, NXB Hồng Đức, 2023.

46. *The Ullambana Festival (Parents' Day),* Bhikṣuṇī Thích Nữ Giới Hương composed, NXB Hồng Đức, 2023.

47. *The Marriage Ceremony*, Bhikṣuṇī Thích Nữ Giới Hương composed, NXB Hồng Đức, 2023.

48. *The Blessing Ceremony for The Deceased*, Bhikṣuṇī Thích Nữ Giới Hương composed, NXB Hồng Đức, 2023.

49. *The Ceremony of Praising Ancestral Masters*, Bhikṣuṇī Thích Nữ Giới Hương composed. Hương Sen Publisher. 2023.

50. *The Enlightened Buddha Ceremony*, Bhikṣuṇī Thích Nữ Giới Hương composed, NXB Hồng Đức, 2023.

51. *The Uposatha Ceremony (Reciting Precepts*), Bhikṣuṇī Thích Nữ Giới Hương composed, NXB Hồng Đức, 2023.

52. *Giới Hương - Thơm Ngược Gió Ngàn,* Nguyên Hà, NXB Tôn Giáo. 2023.

53. *Pháp Ngữ Kinh Hoa Nghiêm* (2 tập). Thích Nữ Giới Hương, NXB Tôn Giáo, 2023.

54. *Tinh Hoa Kinh Hoa Nghiêm*. Thích Nữ Giới Hương, NXB Tôn Giáo, 2023.

55. *Buddhism: A Historical And Practical Vision,* Edited by Ven. Dr. Thich Hanh Chanh and Ven. Dr. Bhikṣuṇī TN Gioi Huong, Tôn Giáo Publishing, 2023.

56. *Phật Giáo – Tầm Nhìn Lịch Sử Và Thực Hành,* Hiệu đính: Thích Hạnh Chánh và Thích Nữ Giới Hương, NXB Tôn Giáo, 2023.

57. *Contribution of Buddhism For World Peace & Social Harmony*. Buddhist Studies Seminar in Kolkata, India. Edited by Ven. Dr. Buddha Priya Mahathero and Ven. Dr. Bhikṣuṇī TN Gioi Huong, Tôn Giáo Publishing, 2023.

58. *Global Spread of Buddhism with Special Reference to Sri Lanka*. Buddhist Studies Seminar in Kandy University. Edited by Dr. Ven. Kahawatte Siri Sumedha Thero and Dr. Bhikṣuṇī TN Gioi Huong, Hồng Đức Publishing House, 2023.

59. *Buddhism In Sri Lanka During The Period of 19th to 21st Centuries*. Buddhist Studies Seminar in Colombo. Edited by Prof. Ven. Medagama Nandawansa and Dr. Bhikṣuṇī TN Gioi Huong, Hồng Đức Publishing House, 2023.

60. *Nhật ký Hành Thiền Vipassana và Kinh Tứ Niệm Xứ* - Thích Nữ Giới Hương, NXB Tôn Giáo, 2024.

61. *Diary: Practicing Vipassana and the Four Foundations of Mindfulness Sutta*. Thích Nữ Giới Hương, Tôn Giáo Publishing, 2024.

62. *Dharamshala - Hành Hương Vùng Đất Thiêng, Ấn Độ, Dharamshala - Pilgrimage to the Sacred Land, India. Thích Nữ Giới Hương,* Tôn Giáo Publishing, 2024.

63. *Nghi cúng Thánh Tổ Kiều Đàm Di,* Thích Nữ Giới Hương biên soạn, NXB Tôn Giáo, 2024.

64. *Kỷ Yếu Lễ Tưởng Niệm Thánh Tổ Kiều Đàm Di tại Chùa Hương Sen năm 2024,* Thích Nữ Giới Hương biên soạn, NXB Tôn Giáo, 2024.

65. *Phật Giáo và Thánh Tích Sri Lanka*, Thích Nữ Giới Hương, NXB Tôn Giáo, 2024.

66. Đấu Tranh Bất Bạo Động Là Nền Tảng Xây Dựng Hòa Bình Toàn Cầu (Bài thuyết trình cho Hội Nghị Thượng đỉnh về các Vấn đề Nhân đạo, An ninh Y tế và Hòa bình Toàn cầu ngày

26-31 tháng 8 năm 2024 tại Missouri, Hoa Kỳ), Thích Nữ Giới Hương, NXB Tôn Giáo, 2024.

67. *Nonviolent Struggle - The Foundation for Building Global Peace* (Presentation at the Humanitarian Affairs Health Security and Global Peace Summit August 26-31, 2024, Missouri, USA). Dr. Bhikṣuṇī TN Gioi Huong, Ton Giao Publishing, 2024.

68. *The Great Contribution to World Peace and Social Harmony of Emperor Ashoka and Emperor Trần Nhân Tông* - Sự Đóng Góp cho Hòa Bình Thế Giới và An Toàn Xã Hội của Hoàng Đế A-Dục và Vua Trần Nhân Tông, Dr. Bhikṣuṇī TN Gioi Huong, Ton Giao Publishing, 2025.

69. *COVID-19: Vai trò Phật Giáo trong Việc Chữa Lành*, Thích Nữ Giới Hương, NXB Hồng Đức, 2025.

70. *Đại Dịch Coronavirus trong Thế Kỷ XXI*, Thích Nữ Giới Hương, NXB Hồng Đức, 2025.

71. *A Buddhist Nun and American Inmates*. Bhikṣuṇī T.N. Giới Hương. Hong Duc Publishing, 2025.

72. *Đóng góp của Phật Giáo cho Hòa Bình Thế Giới và Hòa Hợp Xã Hội*, Hòa thượng Tiến sĩ Buddha Priya Mahathero & Ni sư Tiến sĩ TN Giới Hương, NXB Hồng Đức, 2025.

73. *Phật Giáo Sri Lanka từ Thế Kỷ 19-21*, Hòa thượng Giáo sư Medagama Nandawansa, Ni sư Tiến sĩ TN Giới Hương, NXB Tôn Giáo, 2025.

74. *Phật Giáo Sri Lanka từ Thế Kỷ 19-21*, Hòa thượng Giáo sư Medagama Nandawansa, Ni sư Tiến sĩ TN Giới Hương, NXB Tôn Giáo, 2025.

75. *Ngày nhà giáo Việt Nam 20/11 – Tri Ân Người Khai Trí*, Thích Nữ Giới Hương, NXB Hồng Đức, 2025.

76. *Phật Giáo Sri Lanka từ Thế Kỷ 19-21*, Hòa thượng Giáo sư Medagama Nandawansa, Ni sư Tiến sĩ TN Giới Hương, NXB Tôn Giáo, 2025.

ĐĨA CA NHẠC PHẬT GIÁO CHÙA HƯƠNG SEN

1. *Đào Xuân Lộng Ý Kinh*, Thơ: Thích Nữ Giới Hương, Nhạc: Nam Hưng, Album 1, năm 2013.
2. *Niềm Tin Tam Bảo*, Thơ: Thích Nữ Giới Hương, Nhạc: Hoàng Y Vũ & Hoàng Quang Huế, Album 2, năm 2013.
3. *Trăng Tròn Nghìn Năm Đón Chờ Ai*, Thơ: Thích Nữ Giới Hương, Nhạc: Võ Tá Hân, Hoàng Y Vũ, Khánh Hải, Khánh Hoàng, Hoàng Kim Anh, Linh Phương và Nguyễn Tuấn, Album 3, năm 2013.
4. *Ánh Trăng Phật Pháp*, Thơ: Thích Nữ Giới Hương, Nhạc: Uy Thi Ca & Giác An, Album 4, năm 2013.
5. *Bình Minh Tỉnh Thức* (*Piano Variations for Meditation*), Thơ: Thích Nữ Giới Hương, Độc Tấu Dương Cầm và Hòa Tấu: Nữ Nhạc Sĩ Linh Phương, Album 5, năm 2013.
6. *Tiếng Hát Già Lam*, Thơ: Thích Nữ Giới Hương, Nhạc: Nam Hưng, Album 6, năm 2015.
7. *Cảnh Đẹp Chùa Xưa*, Nhạc: Hoàng Quang Huế, Hoàng Y Vũ, Võ Tá Hân & Khánh Hải, Album 7, năm 2015.
8. *Karaoke Hoa Ưu Đàm Đã Nở*, Thơ: Thích Nữ Giới Hương, Nhạc: Nam Hưng, Album 8, năm 2015.
9. *Hương Sen Ca*, Thơ: Thích Nữ Giới Hương, Nhạc: Nam Hưng, Album 9, năm 2018.
10. *Về Chùa Vui Tu*, Thơ: Thích Nữ Giới Hương, Nhạc: Nguyên Hà & Nam Hưng, Album 10, năm 2018.
11. *Gọi Nắng Xuân Về*, Thơ: Thích Nữ Giới Hương, Nhạc: Nam Hưng, Album 11, năm 2020.
12. *Đệ Tử Phật*. Thơ: Thích Nữ Giới Hương, Nhạc: Uy Thi Ca & Giác An, Album 12, năm 2023.

13. *Hoa Pháp Cú*. Thơ: Thích Nữ Giới Hương, Nhạc: Nam Hưng, Album 13, năm 2024.

14. *Vu Lan B*áo Hiếu. Thơ: Thích Nữ Giới Hương, Nhạc: Uy Thi Ca, Album 14, năm 2024.

15. *Nương Bóng Từ Quang*, Thơ: Thích Nữ Giới Hương và Thích Nữ Viên Nhuận, Nhạc: Nguyên Hà, Album 15, năm 2025.

Mời xem: http://www.huongsentemple.com/index.php/kinh-sach/tu-sach-bao-anh-lac

HỘI LUẬT GIA VIỆT NAM

NHÀ XUẤT BẢN HỒNG ĐỨC

65 Tràng Thi, phường Cửa Nam, Hà Nội

Email: nhaxuatbanhongduc65@gmail.com

Điện thoại: 024.39260024 Fax: 024.39260031

Sự Tiến Hóa Của Vũ Trụ, Con Người Và Nghiệp Báo

- Thích Nữ Giới Hương -

Chịu trách nhiệm xuất bản

Giám đốc PHẠM THỊ MAI

Chịu trách nhiệm nội dung

Tổng biên tập LÝ BÁ TOÀN

Biên tập: Phan Thị Ngọc Minh

Sửa bản in: TKN Nhuận Ân

Trình bày: Vũ Đình Trọng

Đối tác liên kết:

PHẠM THỊ NGỌC DUNG

120/2 đường Phạm Văn Sáng, ấp 2, xã Bà Điểm, TP.HCM

In 1.000 cuốn, khổ 15cmx22cm tại TNHH SXTM DV in ấn Trâm Anh, 159/57 Bạch Đằng, P. Tân Sơn Hòa, TP.HCM.

Số XNĐKXB: 2801-2025/CXBIPH/29-102/HĐ, ngày 25 tháng 07, 2025

Số QĐXB của NXB: 441/QĐ-NXBHĐ cấp ngày 06 tháng 09, 2025.

In xong và nộp lưu chiểu năm 2025.

Mã số sách tiêu chuẩn quốc tế (ISBN) 978-632- 01-0065-1